અંગત અનુભૂતિ

સ્મિતા શાહ

સામગ્રી

પ્રસ્તાવના

દરેકનું જીવન આગવું છે. દરેકના શોખ, લક્ષ્ય, આનંદ જૂદા રહેવાનાં. મારા જીવનનો અનુપમ આનંદ વાંચન અને લેખન છે. જેમ જેમ જીવનનો પ્રવાહ વહેતો ગયો છે તેમ તેમ ઘણું વાંચ્યું છે અને લખ્યું પણ છે. હું શ્રેષ્ઠ લેખક કે વાચકની કક્ષામાં આવતી નથી. સાધારણ યાદ શક્તિ ધરાવતું મારું મન મંથર ગતિએ આગળ વહેતું ગયું છે. જ્યારે કોઈએ સૂચન કર્યું હોય અથવા તો કશું વાંચ્યું હોય તે લખવાનો રસ કેળવાતો ગયો છે. જે જે લખાતું ગયું છે તે મારી અંગત અનુભૂતિના સ્તરે લખાતું ગયું છે. સતત મથામણ કરતા મારા મન અને હ્રદયે અસ્તિત્વના ગૌરવને વધારવાના બદલે આત્મનું ગૌરવ વધારવાનો પ્રયત્ન કર્યો છે.

જીવનમાં ઘણું બધું મને કહેવા જેવું અને વહેંચવા જેવું મને લાગ્યું છે. મારું ભાવ જગત કે જે મારા સ્વ સાથે જોડાયેલું છે તેને બીજાના સ્વ સાથે જોડવાનો પ્રયત્ન કર્યો છે. મારા સ્મરણો કે લેખનમાં એવું કશું જ નથી કે તે ચિર સ્મરણીય બની રહે. છતાંય કોઈપણ જાતના આડંબર વગર સરળ ભાષામાં મારી અનુભૂતિ બીજાને સ્પર્શી શકે, આનંદ પામી શકે તે હેતુથી વહેંચવાનો પ્રયત્ન માત્ર છે.

મારું જીવન મને એક યાત્રા જેવું જ લાગ્યું છે. ઓશોના દરેક પુસ્તકમાં લખ્યું હોય છે, "never born, never died. Only visited this planet earth." અને પછી તેમનો જીવનકાળ દર્શાવ્યો હોય છે. આ વાક્ય મને અતિ સુંદર લાગ્યું છે. જીવન એક પ્રકારની યાત્રા છે. ઈશ્વરની અમૂલ્ય ભેટ છે. મારી જીવનયાત્રામાં સહભાગી થવા દરેક વાચક મિત્રોને આમંત્રણ છે.

"જૂનું અમદાવાદ"નાં પાંચ પ્રકરણો શહેર પ્રત્યેના પ્રેમ અને મારા પ્રત્યે વાત્સલ્ય ધરાવતા વડીલ સાહિત્યકાર પૂ. ધીરુબેન પટેલના સૂચનથી લખાયા છે. પછીનું મુંબઈનું પ્રકરણ પણ એવું જ ગણી શકાય. જ્યાં

બાળપણ વીત્યું હોય એ તો હૈયે જોડાયેલું જ હોય. ત્યાર બાદ બીજા નિબંધો નાની નાની ઘટનાઓના સંદર્ભે કરેલી અનુભૂતિના છે. થોડાં કોરોનાકાળ દરમિયાન લખાયેલા છે. કહેવતોનો નિબંધ 2019માં યોજાયેલી કર્મા ફાઉન્ડેશન દ્વારા વરિષ્ઠ નાગરિકો માટેની નિબંધ સ્પર્ધામાં વિજેતા નિબંધ છે.

દીકરી હિમાનીના પ્રોત્સાહન વગર પુસ્તકો પ્રકાશિત કરવાની હિંમત ન કરી હોત. દોહિત્રી અનન્યાએ એના ફોટો કલેક્શનમાંથી સુંદર મુખપૃષ્ઠ માટે પસંદ કરી આપ્યું તે બદલ તેનો આભાર માનું છું. સંજયભાઈ શિયાદની નિષ્ઠાને વંદન કરું છું જેમણે આ પુસ્તક માટે ઘણો રસ લઈને બનાવી આપ્યું છે. વાચકોને ગમશે એવી આશા રાખું છું.

સ્મિતા પિનાકીન શાહ
17, નિશાંત બંગલોઝ વિ.1
બિલેશ્વર મહાદેવની સામે
શ્યામલ ચાર રસ્તા પાસે
સેટેલાઈટ રોડ,
અમદાવાદ - 380015
મો. 9898380053

૧

જૂનું અમદાવાદ

જૂની ગુજરાતી ફિલ્મ મા-બાપનું અવિનાશ વ્યાસ રચિત અત્યંત લોકપ્રિય ગીતથી કોઈ અમદાવાદી અજાણ્યો નહીં હોય :

હું અમદાવાદનો રીક્ષાવાળો,
નવસો નવ્વાણું નંબરવાળો,
અમદાવાદ... અમદાવાદ બતાવું ચાલો.

એવું આ અમદાવાદ બધી જ રીતે વિશિષ્ઠ છે, તે ગુજરાત રાજ્યનું સૌથી મોટું શહેર છે. અમદાવાદ વિશ્વ હેરિટેજમાં સમાવવામાં આવેલું સૌ પ્રથમ ભારતીય શહેર છે. સાબરમતી નદીની પૂર્વ દિશામાં કોટ વિસ્તારમાં આવેલું શહેર જૂનું અમદાવાદ છે; જે વોલ સિટી તરીકે પણ ઓળખાય છે. જેમાં આવેલી પોળો તેની મુખ્ય ઓળખ છે. અમદાવાદની સ્થાપના ઈ.સ. 1411ની 27મી ફેબ્રુઆરીએ થઈ છે. કિવદંતી એવી છે કે આશા નામનો ભીલ અહીંનો ઠાકોર હતો. એટલે આ વિસ્તાર તેના નામ પરથી "આશાવલ" શહેર તરીકે ઓળખાતો હતો. સોલંકી રાજા કરણદેવે આશાભીલને હરાવીને કબજો લીધો એટલે કર્ણાવતી નામનો ઉલ્લેખ પણ મળે છે. અહીં જૈનોની સંખ્યા વધારે હોવાથી જૈન શાસ્ત્રોમાં આ શહેરનો રાજ નગર તરીકે ઉલ્લેખ છે. પણ છેલ્લે તો પાટણથી આવેલા અહમદશાહ બાદશાહે વસાવેલું

અમદાવાદ નામ જ પ્રસિધ્ધ થયું છે. "જબ સસ્સે પર કુત્તા આયા તબ બાદશાહને શહર બસાયા" આ મહાવરો લગભગ દરેક અમદાવાદી જાણે છે. અમદાવાદમાં બાદશાહના સમયમાં પોળો, મકાનો, મસ્જિદો અને મંદિરો થયા હતા. કાંકરિયું તળાવ ખોદાયું હતું પણ ખરો વિકાસ મહમદ બેગડાના સમયમાં થયો હતો. અમદાવાદના બેનમુન સ્થાપત્યમાં ભદ્રનો કિલ્લો, ઝૂલતા મિનારા, હઠીભાઈના દહેરાં, સીદી સૈયદની જાળી, સ્વામીનારાયણનું મંદિર, જુમામસ્જિદ અને કોટ વિસ્તારની બહાર ગણો તો સરખેજનો રોજો અને અડાલજની વાવનો સમાવેશ થાય છે.

1725ની સાલમાં અમદાવાદને લૂંટવા મરાઠાઓ એની ભાગોળ સુધી આવી ગયા હતા અને એમની ધાકથી લોકો ધ્રૂજતા હતા ત્યારે એ સમયના નગરશ્રેષ્ઠી શેઠ ખુશાલદાસ લક્ષ્મીચંદે એમને મુક્તિ દંડ ગણી આપીને નગર બચાવી લીધું હતું. એમની આ જાહેર સેવાની કદરરૂપે જૈન, હિંદુ ને મુસલમાન વેપારીઓએ ગુજરાતી ભાષામાં લખી આપેલ અલભ્ય દસ્તાવેજ આજે પણ મોજૂદ છે.

અમદાવાદની પોળોના નામોનો ઈતિહાસ રસપ્રદ છે. અહમદશાહ બાદશાહે જે પોળમાં રહેવાનું મહુરત કર્યું તે પોળ મહુરત પોળ તરીકે ઓળખાઈ. અહમદશાહ મુસલમાન હોવા છતાં એના વડવા રાજપુત હતા એટલે અમદાવાદની નગર રચના પ્રાચીન હિન્દુ સ્થાપત્યનો ખ્યાલ રાખીને કરવામાં આવી છે. શહેરની મધ્યમાં આવેલા ચોરા કે ચૌટામાં નવરાત્રી વખતે માતાજીની માંડવી મૂકવામાં આવતી અને તેની આજુબાજુ ગોળ વર્તુળમાં બહેનો ગરબા રમતી. આ પ્રથાના કારણે તેનું નામ માંડવીની પોળ પડ્યું છે. પખાલી, પીજારા, ચુનારા, સાળવી, પટવા, મોઢ, ભાટ, મહેતા, નાગર, માળી, ધોબી વગેરે કોમના લોકો જે જગ્યાએ સ્થિર થયા એ પ્રમાણે પોળોના નામ પડ્યા, જેવી રીતે પટવા શેરી, પખાલીની પોળ, ધોબી પોળ વગેરે. વળી પોળોના નામમાં પશુ, પક્ષી અને જીવડાંના નામનો પણ સમાવેશ થાય છે. ચામાચિડિયાની પોળ, જળકુકડીની પોળ, દેડકા પોળ, કાગડા શેરી, લાંબાપાડાની પોળ, બકરી પોળ, હરણવાળી પોળ, મરઘાવાડ જેવા

નામો આવી જાય છે. પોળોના નામકરણમાં કેટલીક પ્રસિધ્ધ વ્યક્તિઓનો ફાળો નાનોસૂનો નથી. જેવી રીતે જતીની પોળ જેમાં અઢીસો વર્ષ પહેલાં જૈન જતીઓ રહેતા હતા. એવી રીતે રૂદ્રનાથ બંબની પોળ, બાપાશાસ્ત્રીની પોળ, જેઠાભાઈની પોળ, લાખા પટેલની પોળ, જહાંપનાહની પોળ, રાજા મહેતાની પોળ એવા તો અસંખ્ય નામો છે કે કોઈના વિશિષ્ટ પ્રદાન પરથી પોળના નામ પડ્યાં છે. એવી જ રીતે કેટલાક પાડા પણ છે જેમ કે દેવશાનો પાડો અને શેખનો પાડો. શહેરમાં દરવાજા, પોળ, ખાંચાઓ, ચકલાઓ અને ખડકીઓનું અસ્તીત્વ રહેતું.

પોળ એટલે સાંકડી લાંબી ગલીની બંને બાજુ એક મકાન સાથે જોડાયેલા બીજા મકાનની હારમાળા. જેમાં મિલ માલિક, શ્રીમંત અને મધ્યમવર્ગ તથા સાધારણ વર્ગના લોકો હળી-મળીને સાથે રહેતાં હતાં. મોટા ભાગની પોળોમાં એક જ જ્ઞાતિનો સમૂહ રહેતો હતો. ગણ્યાંગાંઠ્યા અન્ય ધર્મ પાળતા લોકોના પણ ઘર હોય એવું બનતું. કાળુપુર ટાવર વિસ્તારમાં આવેલી પોળોમાં હિન્દુ-મુસલમાન પણ સાથે રહેતા. દરેક પોળની લાક્ષણિકતા એ હતી કે દરેક પોળમાં એક ચબુતરો હોય જેને પરબડી કહેતા, એક ચોક હોય, દેરાસર અને સાધુ-સાધ્વીજી માટે ઉપાશ્રય હોય. વૈષ્ણવધર્મીઓની પોળ હોય તો મંદિર હોય. અમારી પોળમાં એક આદેશ્વરભગવાનનું દેરાસર અને એક રણછોડરાયનું મંદિર અને મહાદેવનું મંદિર હતાં અને મહાદેવ પાસે મોટો વડ હતો જેની પૂજા થતી હતી. અમારી સામેની પોળમાં ચાર જૈન દેરાસર હતા. વળી દરેક પોળમાં કૂવો તો હોય જ. જો કે મારા જન્મ પહેલા નળના પાણી આવી ગયેલા એટલે કૂવાઓ વપરાતા નહીં. ચબુતરો પક્ષીઓ માટે ચણ પાણી અને વિસામાનું સ્થાન રહેતો. એ સમયમાં ચોકનું ઘણું મહત્ત્વ રહેતું. ચોકનો ઉપયોગ લગ્ન પ્રસંગ અને મરણ પ્રસંગ વખતે થતો. ત્યારે અત્યારની જેમ પાર્ટી પ્લોટ કે હોલ તો હતાં નહીં એટલે નાના-મોટા પ્રસંગોનો મૂક સાક્ષી ચોક જ રહેતો. એ સિવાય સામાન્ય દિવસોમાં શાળામાં ભણતા બાળકોથી માંડી કૉલેજના યુવાનોની રમતગમતથી જીવંત રહેતો. નાનેરાઓ થપ્પો, નાગર ચૂંચૂ, પકડ-દાવ અને મોટેરાઓ, ક્રિકેટ, ફૂલ-રેકેટ રમતા જોવા મળતા.

છોકરીઓ પગથિયા બહુ રમતી અને દોરડા કૂદતી. વળી ઓટલે બેસીને પાંચિકા, પત્તા અને કોડીઓ રમીને મજા કરતી. એમાં કોડી રમતાં જો ચારે ચાર કોડી ચત્તી પડે તો લૂંટાલૂંટ થતી.

પોળના વહીવટ માટે એક ચૂંટેલા સભ્યોનું જૂથ બનતું જે પંચ કહેવાતું. પંચને પૂછ્યાં વગર કોઈ મકાનની લે-વેચ કરી શકતું નહીં. પોળમાં કોઈ ગુજરી જાય તો, તો...તો...ના નામની ટહેલ પડતી. અને બધાને કોણ ગુજરી ગયું છે અને ક્યારે કાઢવાના છે તેની જાણ કરાતી. પોળના ઘર દીઠ એક સભ્યની હાજરી ફરજિયાત રહેતી. કોઈ કારણસર કોઈ હાજર ના રહી શકે તો દંડ ભરવો પડતો; જે પંચના ભંડોળમાં પડતો. પંચ વાર્ષિક ફી ઉપરાંત અમુક પ્રસંગે પૈસા ઉઘરાવતું જેમ કે લગ્ન પ્રસંગ, મરણ પ્રસંગ, વળી કોઈનું મકાન વેચાય તેમાંથી અમુક ટકા ભંડોળમાં જતા. ભંડોળના પૈસા પોળનો દરવાજો, કૂવાનું સમારકામ અને જાહેર હિતમાં થતા કાર્યક્રમોમાં વપરાતા. કોઈ વ્યક્તિ નિયમનો ભંગ કરે તો તેને પંચમાંથી બહાર કાઢી મૂકવાની પ્રથા પણ હતી. ટૂંકમાં દરેક જણ નિયમ પાળતા કારણ કે, પોતાની પ્રતિષ્ઠા સમાજમાં જાળવી રાખવાની દરેક વ્યક્તિની જવાબદારી રહેતી. જે થાય તે કરી લો એવી માનસિકતાને એ સમાજમાં સ્થાન નહોતું.

પોળમાં સાંકડા રસ્તાની બંને બાજુ જોડાયલા ઘરોને જોડિયાં ઘર કહેતા. પોળનું જીવન એક જ રૂઢિમાં જીવાતું હતું. એક પોળની વાત કરીએ તો એ જ સામ્યતા જૂનાં અમદાવાદની દરેક પોળમાં રહેતી. એક જ ઘરેડમાં જીવન ચાલતું. દરેક પોળને એક મોટો લાકડાનો દરવાજો હોય જે રાત્રે બંધ થઈ જતો. બે મોટા દૈત્ય જેવા બારણામાંથી એક બારણામાં નાની બારી જેવું રહેતું જે હંમેશાં ખુલ્લું જ રહેતું જેથી કરીને કોઈને અધી રાત્રે કામ પડે તો બારીમાંથી અવર-જવર કરી શકાતી. બીજી નોંધપાત્ર વાત એ હતી કે દરેક પોળમાં એક બારી અથવા ખાંચો એવો હોય કે જેમાંથી એક પોળમાંથી બીજી પોળમાં અને બીજી પોળમાંથી ત્રીજી પોળમાં નીકળાતું, રમખાણોના સમયમાં જાહેર રસ્તા પર તો કર્ફ્યું હોય એટલે આ અંદરનો રસ્તો બહુ સરળ રહેતો.

2
પોળનું જીવન

પોળનું જીવન અનોખું હતું. મારું બાળપણ પોળમાં વીત્યું છે; જે મારી રગેરગમાં વણાઈ ગયું છે. પોળનું જીવન આમ તો સાવ સાદું કહી શકાય પણ આજની અઢળક સુખ-સગવડો સાથે સરખાવું તો એ જમાનાના નિદોષ બાળપણના આનંદ સામે આજના તમામ વૈભવ ઝાંખા પડી જાય. દરેક મકાન આગળ ત્રણ કે પાંચ પગથિયાનો ઓટલો હોય. એ ઓટલો એટલે સ્ત્રીઓનો નવરાશની પળમાં માણવાનો દીવાને ખાસ. બધી ય ભેગી મળીને પોત પોતાના ઓટલે નાનું મોટું કામ લઈને બેઠી હોય અને ગામની પંચાત ચાલે. કોઈ શાક લઈને બેઠું હોય તો વળી કોઈ અનાજ સાફ કરતું હોય, કોઈ માથામાં તેલ નાખતું હોય પણ વાતોના વડા તળાતા જાય ને જયાફત ઉડતી જાય. ઓટલાની ડાબી બાજુ સંડાસ અને જમણી બાજુ ઉપર જવાની નિસરણી આવે. અને નીચે રસ્તા પર મ્યુનિસિપાલિટીએ આપેલા નળની બધાને એક જ સરખી નાની ચોકડી હોય. એમાંથી ઘર વપરાશનું પાણી ડોલો ભરીને ઘરમાં લઈ જતા. પણ આવતા પાણીમાં કપડાં ધોવાના સમયે એક યુવાન વહુ અથવા દીકરી કપડાં ધોતી હોય. સામસામે ચપળ અને યુવાનીનો તરવરાટ ધરાવતી જવાન સ્ત્રીઓના લહેકાં અને ધોકાના લયબધ્ધ ધુબાકાથી વાતાવરણ સંગીતમય બની જતું. વળી એમાં નળના પાણીના પ્રવાહનો લય પણ ઉમેરાતો કપડાં ક્યાંય ધોવાઈ જતા ખબર પડતી નહીં. ત્યારે મોટાભાગના કામ જાતે

કરવાની પ્રથા હતી. પગથિયાંની સામે જ ઘરનું પ્રવેશદ્વાર લાકડાના કલાત્મક બારણાંથી શોભતું હોય. અંદર પ્રવેશ કરો એટલે ઓસરી આવે. ત્યાં ડાબા હાથના ખુણામાં મોટી ઘંટી પડી રહેતી. વળી જમીનમાં જ ખાંડણી કરેલી હોય અને પાછળ ખૂણામાં લાંબુ સાંબેલું ઊભું કરેલું હોય. જો કે એ બે વસ્તુઓ મેં પ્રાચીન વસ્તુ (એન્ટીક પીસ) તરીકે જ જોઈ હતી. એના પર ઉંદરડીઓ સંતાકૂકડી રમતી. કારણ કે મારી સમજણથી તો લોટ બહાર દળાવા જતો અને ખાંડવા માટે લોખંડના ખાયણી પરાર વપરાતા. ઓસરી પછી મોટો ચોક આવતો. ચોકના જમણા ખૂણે વરસાદનું પાણી સંગ્રહ કરવાનું ટાંકું આવતું અને એને અડીને જ પાણિયારું. પણિયારાનું બારણું પાછું લોખંડની જાળીવાળું હોય. ઊલાળો (બારણું બંધ કરવાની સાંકળ) જોઈએ ત્યારે જ ખ્યાલ આવે કે ક્યાંથી ખોલવું. પાણિયારામાં બે મોટા માટલાં હોય તેના પર પિત્તળના ચકચકાટ માંજેલા બુઝારા ઢાંકેલા રહેતા. રસોઈના પાણી માટે એક તાંબાનો ઘડો પણ હોય અને નીચે બે ડોલ ઢાંકેલી પડેલી હોય. માટલાની પાછળ ભીંતમાં એક ખીલો મારીને પિત્તળનો ડોયો લટકતો હોય અને જડેલા નાના પાટિયાં પર પાણી પીવાના પવાલા ગોઠવેલા હોય. ચોક પૂરો થાય એટલે અંદરના ઓરડામાં જતાં પહેલાં નાની પણ ખુલ્લી બંધ જગ્યા આવતી. ત્યાં પાણિયારાને અડીને જ નાની ચોરસ કોલસા ભરવાની ઓરડી રહેતી અને બહાર રસોઈ કરવાનો ચૂલો. જો કે હું થોડી જ મોટી થઈ ત્યારે પિત્તળની જગ્યા સ્ટેઈનલેસ સ્ટીલે અને ચૂલાની જગ્યા પ્રાયમસ અને પછી ગેસની સગડીએ લઈ લીધી હતી. અંદર જઈએ એ ઓરડો લીંપેલો રહેતો. શું કારણ હોઈ શકે એ અત્યારે હું ભૂલી ગઈ છું, કદાચ આભડછેટનું કારણ હોઈ શકે (બહેનો મેન્સીસમાં બેસે એ) પણ એમાં અનાજ ભરવાની કોઠીઓ અને લોટના ડબા, વાસણો ગોઠવવાની છાજલી, નાસ્તાના ડબા મૂકવાનું પાંજરું (જાળીવાળા બારણાનું નાનું કબાટ) અને શાક અને ફળો મૂકવા ઉપર લટકાવેલું શીકું રહેતું. છેલ્લે મોટો રૂમ અને એની પાછળ છીણી રહેતી. બધા રૂમોમાં ભીંતમાં લાકડાના બારણાં અને લોખંડના મિજાગરા જેને ચપલાં કહેતા એવા નાનકડાં હટિયાં તો હોય જ એમાં નાની નાની વસ્તુઓ રહેતી.

ઉપર જઈએ એટલે ત્રણ મોટા રૂમ આવતા. ઓસરીની ઉપરના રૂમમાં પોળમાં પડતી રૂમની ભીંત આખી બારીઓથી મઢેલી રહેતી. એ કલાત્મક બારીઓ અધી લોખંડની જાળીવાળી અને ઉપરની અધી બારી લાકડાની ફ્રેમમાં લોખંડના સળિયાવાળી રહેતી પણ આખું લાકડાનું બારણું જેની ચારે કોર લાકડાની જ વેલ અને ફૂલોની કોતરેલી ઝાલરથી ખૂબ શોભતું. છેલ્લા ઓરડામાં હિંચકો હતો. જો કે સુખી ઘરોમાં રંગરોગાન અને સુધારા થઈ ગયેલા પરંતુ મોટાભાગના ઘરોની આજ બાંધણી હતી. બધા જ નહીં પણ સુખી સંપન્ન લોકોના ઘરોમાં રસ્તા પર પડતી બે બારીની બહારની જગ્યામાં મોટા ગોખલાં કરેલા રહેતા જેમાં પક્ષીઓ માળો બાંધતાં.

એ સમયે જમણ કે ખાણીપીણીમાં અત્યારે છે એટલી વિવિધતા નહોતી. સવારે તો દાળ, ભાત, રોટલી, શાક ફિક્સ જ હોય સાથે કચુંબર, અથાણું, પાપડ, સારેવડું તો ખરા પણ સાંજે ભાખરી, શાક, ખીચડી, કઢી રહેતાં. પણ વારે તહેવારે હાંડવો, ઢોકળા, મેથીના ઢેબરાં, દૂધીના પોતૈયા સુધી વેરાયટીઓ વધતી. શિયાળામાં ઉંઘિયું, જલેબી અને કચોરીના જલસા પડતા. વધેલું ખાવાનું રાખવાનો ત્યારે રિવાજ નહોતો. જૈનોમાં તો ખાસ. સાંજે વધેલું ખાવાનું માંગવા એક બહેન ટહેલ પાડતી, વધેલું ખાવાનું હોય તો આપી દેજો અને બધા આપી પણ દેતા. નાસ્તામાં ઘેર બનાવેલ પુરી, વડાં કે સેવમાંથી એક-બે વસ્તુ વારાફરતી હોય પણ વધારેલા મમરાં, શેર બજારનું ચવાણું અને ભાવ નગરીનો ચેવડો તો મોટા ભાગના ઘરોમાં હોય. વળી જૈનોને તો ખાખરાં વગર જરાય ચાલે નહીં. બહાર જમવા જવાનું પ્રમાણ ઓછું હતું. છતાં ય થોડી ઘણી જગ્યાઓ હતી જે રવિવારે અથવા રજાઓના દિવસોમાં યાદ આવતી. ચંદ્ર વિલાસ ફાફડા જલેબી માટે ફેમસ તો ખરું જ પણ ત્યાંની થાળી પણ પ્રખ્યાત હતી. તે ઉપરાંત ભદ્રની કોર્ટમાં એક ઓલ્ડ મદ્રાસી રેસ્ટોરન્ટ હતી ત્યાંના ઈડલી ઢોંસા બહુ ભાવતા. કારણ કે આજની જેમ ઠેર ઠેર મદ્રાસી હોટલો હતી નહિ. એ સિવાય હેવમોર અને ચેતના જેવી બેત્રણ રેસ્ટોરન્ટ્સ હતી તે સુખી વર્ગ માટે પ્રચલિત હતી. ચેતનામાં ઢોંસો મળતો હતો. તે સિવાય બધા વર્ગને

પોસાય એવું રાત્રે ધમધમતું માણેકચોકનું બજાર હતું. જે સવારે સોના-ચાંદીના ઝળહળાટથી અને શેર બજારમાં શેરોની લેવેચથી ધમધમતું હોય. ત્યારે સોના ચાંદીની ખરીદી કરવી હોય અથવા શેરોની લે-વેચ કરવી હોય તો માણેક ચોક જ જવું પડે અને એ જ બજાર રાત્રે ખાણીપીણીના બજારમાં ફેરવાઈ જતું. યુવાનોથી પ્રૌઢ વય સુધીના બધા રાત્રે માણેકચોકની મોજ માણવા જતા. ભેળપુરી, પાણીપુરી, રગડા પેટિસ, અમદાવાદી ગાંઠિયા, રાયપુરના ભજિયાં, પતાસા પોળના પટ્ટી સમોસા, અશોકનો આઈસક્રીમ, અસફીની કુલ્ફી... મોજ પડી જતી. ખાસ કરીને સિનેમાનો છેલ્લો શો જોઈને મિત્રો સાથે રાત્રે બાર વાગ્યા પછીની લટાર મનને મેળાનો અનુભવ કરાવી દેતી. "મેના ગુર્જરી" ફિલ્મનો ગરબો યાદ આવી જાય.

રીચી રોડના અડ્ડા જેવી હોટલ એક વખણાય,
જ્યાં ગરમા ગરમ ફાફડા જલેબી નાનામોટા ખાય.

રાત પડે ત્યારે માણેકચોકની અંદર જ્યાફત, અરે પાણીપુરી, કુલ્ફી ભજિયા શેઠ મજૂર સૌ ઝૂડે... પણ દરરોજ તો બહાર જવાય નહીં. છતાંય પોળના જીવનનો દબદબો જરાય ઉતરતો નહોતો. સવારથી અમારે ત્યાં લારીઓની અવર-જવર ચાલુ થઈ જતી. સવારના પો'રમાં જીવી કાછિયણ શાકની લારી લઈને આવે. ખાંચાની બધી સ્ત્રીઓ થાળી લઈને બહાર આવી જાય. ભાવ-તાલ ચાલે, અંતરંગ વાતોના વડા થાય. જીવી આજુબાજુની પોળના સમાચાર લાવી હોય. એ જમાનામાં પણ પ્રેમ પ્રકરણો પ્રચલિત હતા. બધી પંચાતો કરીને જીવીને ખાંચાની બહાર નીકળતા સહેજે અધી-પોણો કલાક થઈ જતો. બપોરે વાસણને કલાઈ કરવાવાળા. છરીની ધાર કાઢવાવાળા અરે મીઠું વેચવાવાળા પણ આવતા. ત્યારે મીઠું પણ લારીમાં વેચાવા આવતું. એક રૂપિયાનું પાચ શેર કે દસ શેર મને યાદ નથી પણ ત્યારે ટાટાનું આયોડાઇઝ્ડ મીઠું તો કોઈના સ્વપ્નામાં પણ નહોતું. સાંજે ભોગીલાલ સીંગ, ચણા, સાકરિયા, કાળા બિયા, શેકેલા કચુકા અને મમરાની લારી લઈને આવતા. ફાફડા-ચટણીની (ચોળાફરી) લારી પણ આવતી. મારવાડી ભૈયો અટેકટે માથે મોટા ટોપલામાં નાના નાના ડબાઓમાં સેવ,

ગાંઠિયા, બુંદી, મગ, ફૂલવડી વગેરે લઈને આવતો અને આપણી દેખતા જ ચવાણું બનાવતો, એમાં પપૈયાની ચટણી અને તળેલાં મરચાં મીક્સ કરીને ભરપુર લીંબુ નીચોવીને આપતો.

ઘરમાં કોઈ મહેમાન આવે ત્યારે એ લોકોની રાહ જોવાતી. ઘરની સ્ત્રીઓના ઘણાં કામ ઘેર બેઠા થઈ જતા. વાસણ વેચવાવાળી પણ આવતી. જે જૂના કપડાંના બદલામાં નવું વાસણ આપતી. કયું વાસણ કપડાંના પ્રમાણમાં મળવું જોઈએ એની ભારે રકઝક રહેતી. અરે, બાળકોને મજા કરાવતું ચગડોળ પણ મહિનામાં એકાદ વાર દેખાઈ જતું. તેમ છતાં અમુક ખરીદી કરવા તો બહાર જ જવું પડતું. જો ઘરમાં કંઈ પ્રસંગ હોય અને વધારે રસોઈ બનવવાની હોય તો શાક લેવા ખમાસા પાંચ શેરિયા માર્કેટમાં જવાનું રહેતું. પ્રસંગ કે તહેવારના દિવસે મિઠાઈ લાવવાની હોય તો કંદોઈ ઓળ હતી જે એકદમ સાંકડી નાનકડી ગલી હતી જેમાં આત્મારામ બાંસુદીવાળા, ભોગીલાલ મૂળચંદ, જયહિંદ વગેરે દુકાનો અને ગુલાબજાંબુ ઘેર બનાવવાનો તાજો માવો જે જોઈએ તે એક જ જગ્યાએ લેવા જતાં. કંદોઈ ઓળના નાકા પર લલ્લું વ્રજલાલ ગાંધીની આયુર્વેદિક ઓસડિયાની પ્રખ્યાત દુકાન હતી જેમાં શુધ્ધ આયુર્વેદિક દવાઓ તથા પાવડર મળતા. આજુબાજુના ગામડામાંથી પણ ત્યાં લોકો આવતા. તેનાથી સહેજ આગળ જઈએ એટલે એક નાનકડી શેરી જેવું આવતું એ "ચાંલ્લા ઓળ" તરીકે ઓળખાતી. પૂજાપો અને શ્રીનાથજી બાવાનો તમામ શણગાર ત્યાં મળતો. થોડે દૂર જઈએ એટલે જનતા આઈસક્રીમની દુકાન હતી જેનો કેસરપિસ્તાનો આઇક્રીમ શહેરના તમામ લોકોના પ્રસંગમાં હાજરી નોંધાવતો. શહેરમાં આવેલી રતન પોળનો પણ એક દબદબો હતો. સાડીઓ તથા કાપડ માટે આજુબાજુના ગામડામાંથી આવનાર લોકોથી બજાર ભરચક રહેતું. બીજો એક ઢાલગરવાડ પણ હતો. અમારા ઘરમાંથી પણ દિવાળી અને કોઈ પ્રસંગ હોય ત્યારે રતન પોળની મુલાકાત તો હોય જ. કોઈ માને નહિ પણ ત્યારે દરજી ઘેર બેસાડવામાં આવતો અને બાળકોના કપડાં, સ્ત્રીઓના ચણીયા, પુરુષોના લેંઘા અને બનિયન, ઓશિકાની તથા રજાઈની ખોળો બધું જ ઘેર સીવાતું. વાળ કાપવા હજામ પણ ઘેર આવતો એને ધાંયજો કહેતા.

પોળમાં ગાયો, કૂતરાં અને બિલાડીઓની ફરતા જ હોય. ગાયો ચોકમાં બેઠી હોય. છોકરાઓને રમવું હોય તો એનું પૂંછડું આમળે એટલે ઊભી થઈ જાય અને સાઈડમાં જઈને બેસી જાય. કૂતરાં બિલાડા આમ તો નિરૂપદ્રવી પણ જો કોઈ વાર કૂતરું કરડી જાય તો છેક વી.એસ. હોસ્પિટલ ઈૂટીમાં 14 ઈન્જેક્શનો લેવા લાંબુ થવું પડતું. બિલાડીઓ જ્યાં ત્યાં ફર્યા કરે, આડી પણ બહુ ઉતરે. કોઈક બિચારું સારા કામ માટે જતું હોય અને બિલાડી આડી ઉતરે એટલે પાછું વળી જાય. પ્રાણીઓ પ્રત્યેનો પ્રેમ બાળપણમાં જ રોપાયો હતો. દરેક ઘરમાંથી ગાય કૂતરાં માટે જૂદી કાઢેલી રોટલી અને વધેલું ખાવાનું એમને ધરવામાં આવતું એટલે અમારી સાથે એમનું જીવન પણ નભી જતું.

બધા જ ઘરોમાં વડિલ હોય, ઘર ચલાવનાર મુખ્ય પાત્ર હોય, સરખેસરખા બે-ત્રણ ભાઈ-બહેન હોય. બધાય એકબીજા પર સરખો જ પ્રેમ રાખતા. બાળકો હળી-મળીને શાળાએ જતા અને હળી-મળીને રમતાં. કોઈના ઘરમાં આવક ઓછી હોય અને કોઈના ઘરમાં વધારે. પણ એક સરખા પ્રેમથી સહિયારું જીવન જીવાતું. પહેલો સગો તે પાડોશી એ કહેવત એટલે જ પડી હશે.

3

વાટકી વહેવારથી પારકી પંચાત સુધી

પોળમાં લોકોનું માનસ અને રીત-રિવાજો પણ અનોખા હતાં. એમાં જીવનના બે'ય પાસા વણાયેલા હતા-સારા અને માઠા. એક સિક્કાની બે બાજુ જોઈ લો. આજથી 60-65 વર્ષ પહેલાનો સમાજ જૂનવાણી હતો. એક જ રૂઢિમાં જીવન જીવાતું હતું. દીકરી કે દીકરાને પસંદગીના લગ્ન કરવાની છૂટ હતી નહીં. કોઈકની સાથે મન મળી ગયું હોય તો પણ મા-બાપની પસંદગી પ્રમાણે જ લગ્ન થતા. દીકરીને ગાય દોરે ત્યાં જાય એ વાત છોકરીના મનમાં નાનપણથી જ ઠસાવી દેવામાં આવતી. એટલે છોકરી મા-બાપ સામે માથું ઉચકવાની હિંમત જ કરતી નહીં. આ બાબતમાં તો છોકરાઓની સ્થિતી પણ ખાસ જૂદી હતી નહીં. લગ્ન તો ઠીક પણ એને કોઈ જૂદા વિષયમાં રસ હોય તો પોતાના ગમતા વિષયમાં કારકિર્દી બનાવવાની રજા મળતી નહીં. ફરજિયાતપણે બાપદાદાની પેઢીમાં જોડાઈ જવું પડતું. ભણતર હજી વિકસ્યું નહોતું. સંતાનોના જીવનના અતિ મહત્ત્વના નિર્ણયો માબાપ જ લેતા, યૂં કે ચા કરાતી નહિ. નવા પરણેલા પતિ-પત્ની બહાર જતા હોય તો પત્ની થોડીવાર પહેલા નીકળીને પોળમાંથી ચાલતી પસાર થઈ બહાર ઊભી રહે. પછી એનો પતિ સ્કુટર લઈને નીકળે. પોળની બહાર નીકળે એટલે પત્ની સ્કુટર પર બેસી જાય. પણ ઘેરથી સાથે બેસીને પોળમાંથી પસાર

ના થવાય એટલી મર્યાદા જળવાતી હતી.

કોઈના ઘેર કોઈ મહેમાન આવે અને એ સગું ના હોય તો તરત અંદર અંદર ઘુસપુસ શરૂ થઈ જાય. કારણ કે સગાઓને તો બધા ઓળખતા જ હોય. જાત જાતની અટકળો અને અનુમાનો બંધાય. છવટે એ કુટુંબ સાથે નિકટનો ઘરોબો હોય એ પૂછી જ કહે કે તમારે ત્યાં કોણ આવ્યું હતું? જ્યારે અસલ વાતની ખબર પડે ત્યારે વાતમાં દમ હોય નહિ એટલે ખોદ્યો ડુંગર અને નીકળ્યો ઉંદર જેવો ઘાટ થાય. પાછી એવી પંચાત કરનારા લોકો ઓછા ના હોય. કહેશે સાવ આટલી વાત ના હોય. એ તો દાળમાં કંઈક કાળું હશે. એ લોકો તો જેટલા બહાર છે એટલા અંદર છે. આવી તો જાતજાતની પંચાતો થાય. કોણ કોને ત્યાં વધારે જાય છે (પડ્યું ને પાથર્યું રહે છે) ? કોણ હમણાં દેખાયું નથી? કોની છોકરી વંઠી ગઈ છે? કોની છોકરી કોના છોકરા સાથે ફરે છે? કોઈના ઘેર મોસંબી-નારંગી આવે તો તરત પૃછા થાય કોણ માંદું છે? અમને ખબર પણ નથી? કારણ કે ફળો તો માંદગી સિવાય ખાવાનો વિચાર માત્ર કોઈને આવતો નહોતો. એટલે આવી પંચાતોનો કોઈ અંત નહોતો. ટૂંકમાં એ સમયમાં કોઈ વાત છૂપી રહેતી નહિ. છતાં પણ લોકો સરળ હતાં.

સ્ત્રીઓનું જીવન એકબીજા સાથે જોડાયેલું હતું. પહેલા મને યાદ છે સ્ત્રીઓ આરવાળા સાડલા જ પહેરતી. એ સમયે ભાતના ઓસામણનો આર થતો. અધીથી પણ ઓછી પાણી ભરેલી ડોલમાં ઓસાવેલા ભાતનું ઓસામણ ભેળવે અને ભીનો સાડલો એમાં બોળી દે. થોડીવાર રાખીને એને જોરથી નીચોવીને એકદમ ઝાટકે અને પછી બે સ્ત્રીઓ સામસામે ઊભી રહીને બે જણા બે છેડાં પકડીને હિંચકાની જેમ ઝૂલાવે. સાડલા પાંચ-સાત મિનિટમાં સુકાઈ જાય પછી એવી સરસ ગડી કરીને પલંગની ગાદી નીચે દબાવી દે એટલે કડક ઈસ્ત્રીવાળો સાડલો તૈયાર. આવી જ રીતે એકબીજાની મદદથી આડોશી-પાડોશી બધાને ત્યાં વારાફરથી પાપડ થતા. જો કોઈ એકના ઘેર પાપડ બનાવવાના હોય તો સવારે વહેલા આજૂબાજુના ઘરોમાં બે બે ગુલ્લા પહોંચી જાય. બપોરનું કામ પતાવીને સ્ત્રીઓ થાળી-વેલણ લઈને બપોરે આવી જાય.

અને સાંજની રસોઈના સમય પહેલા પાપડ પતાવી દે અને ચા-નાસ્તો કરીને છૂટા પડે. આ જ રીતે વડી, સારેવડા પણ થતાં. ગૃહ ઉદ્યોગનો જમાનો હજુ આવ્યો નહોતો. ઉનાળામાં ઘેર ઘેર છાપરે છૂંદાના તપેલા અને કેરીના આંબોળિયા સુકાતા જોવા મળતા. બાળકોને વેકેશન રહેતું હોવાથી અર્ધા આંબોળિયા તો છાપરે જ ખવાઈ જતા.

ઉનાળામાં છાપરે સુવાની પણ એક મજા હતી. મસાલાની સીઝનમાં મરચાં ઘેર જ ખંડાતા હતા. અનાજ ભરવાની સીઝનમાં પણ ગોલવાડમાંથી બહેનો આવતી અને દરરોજ એક એક ઘરના અનાજ સાફ કરતી. પણ એવાય ઘરો હતાં જેમાં પાપડ પણ ના થતા હોય અને મસાલા અને અનાજ પણ જરૂર જેટલું આવતું હોય. છતાં ય એ લોકો પણ બધામાં ભળી જતાં.

દિવાળીમાં રબારણો ઘરમાં શોભા માટે છાજલી પર ગોઠવવામા આવેલા પિત્તળના ડબા, બેડા, મોટી કથરોટોને આંબલીથી માજીને ચકચકાટ કરી નાખતી. એ સમયે વાટકી વહેવારની પ્રણાલી ખૂબ સુંદર હતી. કોઈ પૂછે કે તમારે ફલાણા ભાઈ સાથે કેવો સંબંધ છે તો તરત જવાબ મળતો વાટકી વહેવારનો. અર્થાત ઘર જેવો સંબંધ છે. એ સમય એવો હતો કે ધારો કે કોઈ મહેમાન ઓચિંતા આવી ચઢે અને લોટ, ઘી કે ખાંડ જેવી વસ્તુ થોડી ઓછી પડતી હોય તો બહાર લેવા ના જતા વાટકી લઈને છોકરાને બાજુના અથવા સામેના ઘરમાં મોકલે. પાડોશી તરત જ વાટકી ભરી આપે અને કામ પતી જાય. બીજે દિવસે એ જ વસ્તુ લાવીને એ જ વાટકી ભરીને પાછી મોકલી આપવાની. હિસાબ ચૂકતે. આવા તો કેટલાય ટાણાં સચવાઈ જતા. બીજી એક સુંદર વાત એ હતી કે ઘરમાં કંઈ સારું બન્યું હોય તો એક ડબામાં કે બાઉલમાં ભરીને અંગત ઘરોબો ધરાવતા પાડોશીને મોકલી આપે. એ લોકો હોંશે હોંશે ખાય પણ ખરા અને એ વાસણ રાખી મૂકે. ખાલી વાસણ ક્યારેય પાછું ના મોકલે. થોડા દિવસ પછી એને ત્યાં કંઈ સારું બને તો એ જ વાસણમાં પાડોશીના ઘેર પાછું જાય. આમ પ્રેમનો વહેવાર પૂરો થાય. જો કે આવા ધનિષ્ટ સંબંધો ગણ્યાં ગાંઠ્યાં લોકો સાથે રહેતા બધા સાથે નહીં. ખાસ સંબંધોનું ખાસ જોડાણ હતું.

પોળમાં દેરાસરની વર્ષગાંઠ ધામધૂમથી ઉજવાતી. દેરાસરમાં વહેલી સવારે શિખર પર ફરકતી ધજા બદલવાથી માંડીને પૂજા, ભવ્ય આંગી, આરતી અને રાત્રે ભાવના. એમ ભરચક કાર્યક્રમો રહેતા. પોળમાં સમૂહ ભોજન થતું જેને સ્વામી વાત્સલ્ય કહેતા. જમણવારનો ખર્ચો કાઢવા પાંતી નોંધવામાં આવતી. રૂ. 25, 50, 100 એમ બદલાતા સમય પ્રમાણે વધારો થતો રહ્યો હતો એવું યાદ છે. પોળના શ્રીમંત કુટુંબો દસ અથવા એનાથી પણ વધારે પાંતી નોંધાવતા. કોઈની પરિસ્થિતિ નબળી હોય તો એક પાંતી પણ નોંધાવીને સાધર્મિક ભક્તિનો સંતોષ લઈ શકતા. જમણવારમાં દૂધપાક પુરી મગની દાલ કેળાના ખરખડિયા અને કઢી ભાત પાપડ ફિક્સ રહેતા. શાક અને ફરસાણ બદલાતા રહેતા. આગલા દિવસે પોળ વાળવાવાળાઓને કહી રાખવામાં આવતું એટલે એ લોકો વહેલા આવીને પોળ ચોખ્ખી ચટ કરી નાખતા. પોળની ગલીમાં બંને બાજુ લાંબા પાથરણા પથરાતા. થાળી, વાટકી, પવાલું અને નેપકીન સાથે લઈ જવાના રહેતા. બધા જ સાથે બેસીને સમૂહ ભોજન કરતા. પોળના જુવાનિયાઓ સંપથી પીરસવાનું કામ માથે લઈ લેતા. ધાર્મિક વાતાવરણ રચાઈ જતું. નાના બાળકમાં પણ ભગવાન પ્રત્યે શ્રધ્ધાના બીજ રોપાઈ જતા.

એક બીજી વાત યાદ આવે છે. એ સમયે જીવનમાં લાકડશી લાડવાનું બહુ મહત્ત્વ હતું. આજની પેઢીએ તો કદાચ નામ પણ નહિ સાંભળ્યુ હોય. કોઈ પણ કરુણ મંગલ પ્રસંગમાં આ સસ્તામાં સસ્તો પણ સ્વાદિષ્ટ લાડવો પોતાની વિશિષ્ટ હાજરી પૂરાવતો. કોઈ ગુજરી જાય ત્યારે આગળ દોણીમા લાકડશી લાડવો મૂકવાનો રહેતો. કોઈના વિવાહ કે લગ્ન પ્રસંગમા મીઠાઈની છાબડી તૈયાર થાય ત્યારે શુકનમાં એક લાકડશી લાડવો અનિવાર્યપણે છાબડીમાં પોતાનું સ્થાન શોભાવતો.

બાળકને અછબડા નીકળ્યા હોય એને માતા પધાર્યા છે એમ કહેતા. એ ઘરની બહાર લીમડો લટકાવવામાં આવતો જેથી ખબર પડે કે, આ ઘરમાં માતાજી પધાર્યા છે એટલે બીજા બાળકને અંદર જવાથી ચેપ લાગે નહીં. પાંચમે કે સાતમે દિવસે માતાજીને નમાડવા છેક

લાંબા ઉજાણી કરવા નાસ્તો લઈને જવાનો એક રોમાંચ હતો. મને એક બીજી વાત પણ યાદ આવે છે. અમારા ખાંચામાં એક છ મહિનાની બેબીને માથાની પાછળના બધા વાળ ઘસાઈ ગયા હતા. રીતસર ટાલ જેવું આગળના અર્ધા માથા સુધી વાળ અને અર્ધું માથું બોડું. ત્યારે કોઈક વડીલે સલાહ આપી હતી કે આ તો ઉંદરી થઈ છે. એને તેડીને મસ્જિદની બહાર ઊભી રહે. નમાજ પઢીને આવતા મુસલમાન ભાઈ ફૂંક મારશે એટલે મટી જશે. મને એટલી નવાઈ લાગેલી અને હું પૂછી બેઠેલી કે એવું કેમ? એટલે કહે ઉંદરી બ્રાહ્મણની જાત હોય, મુસલમાન ફૂંક મારે એટલે અભડાઈને ભાગી જાય. અને ખરેખર મટી પણ ગઈ હતી. આંખમાં ગોબો વાગ્યો હોય અને આંખ લાલ થઈ ગઈ હોય તો કાંસાની વાટકીમાં પાણી ભરીને સોયથી ગોબો ઉતારનાર એક્સપર્ટ બહેનો પણ હતા અને આંખની લાલાશ ખરેખર ઓછી થઈ જતી. એવી જ રીતે કમળો થયો હોય, લૂ લાગી હોય, નજર લાગે, રાંઝણનો દુઃખાવો હોય તો એનો ઉપાય કરનારા એક્સપર્ટ લોકો હતા. જેઓ ક્યાંય દૂરથી પણ નામ સાંભળીને કોઈ આવ્યું હોય તો પણ કંટાળ્યા વગર હોંશે હોંશે મંત્રી આપતા. એટલે જ કદાચ લોકો સાજા થઈ જતા. પોઝીટીવીટીનું અત્યારે કેટલું મહત્વ છે. મંત્ર-તંત્રની સમાજ પર ઊંડી અસર હતી.

જૂના અમદાવાદમાં રહેતા જૂનાં સમયના લોકો માટે હરવા ફરવાના સ્થળોમાં કાંકરિયા, નગીનાવાડી. ત્યાં જ આવેલા પ્રાણી સંગ્રહાલય, માછલીઘર, લાલ દરવાજા સિવાય ખારા કશું હતું નહિ. એ ઉપરાંત ઉપર મેં જણાવ્યા તે સ્થળોએ ખાસ પ્લાનીંગ કરીને કોઈ બહારગામથી મહેમાન આવે ત્યારે જતા. જો કે ત્યારનું જીવન ઘણું વ્યસ્ત અને હર્યા-ભર્યા સંબંધોથી સભર હતું.

4

પોળના તહેવારો

1. ઉત્તરાયણ

ઉત્તરાયણ અમદાવાદીઓનો ખાસ તહેવાર છે. આપણે ઉત્તરાયણ શબ્દને અપભ્રંશ કરીને ઉતરાણ કરી નાખ્યું છે. ઉતરાણનો માહોલ મહિના-દોઢ મહિના પહેલાથી જામવા માંડતો. દોરી રંગવાવાળા અને પતંગ બનાવવાની દુકાનોનું બજાર ધમધમવા માંડતું. અમે જ્યારે પોળમાં રહેતા ત્યારે એ દિવસોમાં અમારી જહાંપનાની પોળની બહાર કાળુપુર પોલિસ સ્ટેશનથી ટંકશાળ સુધીનો સાંકડો રસ્તો આખા અમદાવાદનું મુખ્ય બજાર હતું. ગલીની બંને બાજુ આવેલી અસંખ્ય નાની નાની દુકાનો દિવાળી પછી ભાડે અપાઈ જતી. ત્યાં પતંગ બનાવવાનું કામ ધમધોકાર ચાલતું હોતું. પતંગના પણ પાછા કેટલા નામ-જે પતંગની નીચે ત્રિકોણાકાર કાગળ લાગ્યો હોય તે પાવલો અને જે પતંગની નીચે ફૂમતું લગાડેલું હોય તે ઘેસિયો કહેવાતો, એ સિવાય આંખિયો (મોટા પતંગ પર આંખ કરેલી હોય), અદધિયો, પાવલો બાળકો માટે ફૂદી વગેરે. દોરી રંગવાવાળા બધી પોળોમાં ગોઠવાઈ જતા. યુવાનિયાઓ બધા જ સાંકળ-8નું દોરાનું રીલ લઈને જાતે ઊભા રહીને દોરી રંગાવતા. 1000વાર દોરીની ફિરકી પણ હોય અને 500વારની પણ હોય. વળી બાળકો માટે ફૂગ્ગા ઉડાડવા 100વારની નાની ફિરકી પણ હોય. પતંગ પાંચ નંગના ગુણાંકમાં મળતા. 20 નંગ

પતંગ એટલે એક કોડી પતંગ થાય. ઉતરાણના આગલા દિવસની રાત કત્તલની રાત કહેવાતી. એ રાત્રે પોળની બહાર ડોકિયું કરીએ તો હૈયે હૈયું દળાય એવી ભીડ હોય. આ એક જ જગ્યા હતી જ્યાંથી આખું અમદાવાદ પતંગ ખરીદતું.

ઉતરાણની સવાર અનેરો આનંદ લઈને આવતી. આમ પણ એ દિવસે કમૂરતા ઉતરતા હોવાથી શુભ કામ અને દાન માટે પણ શુભ દિવસ આજે પણ મનાય છે. જેમાં શુભ કામની શરુઆત પણ થાય અને દાન-પુણ્યના કામો પણ થાય. એમાં બિચારી ગાયોને લોકો ઘાસ ખવડાવીને લોકો માંદી પાડી દેતા. ઉતરાણના દિવસે વહેલી સવારથી ઊંચા મકાનોની અગાસીઓ મોટા અવાજમાં સિનેમાના ગીતોથી ધમધમી ઉઠતી. અગાસીઓ બે દિવસ પહેલા સાફસૂફ થઈને ધોવાઈ ગઈ હોય. શેતરંજીઓ પથરાઈ ગઈ હોય. એ સમયે લાલ અને સફેદ પ્લાસ્ટીકના પટાવાળી એલ્યુમિનિયમની વજનમાં સાવ હલકી ફોલ્ડીંગ ખુરશીઓ આવતી હતી. એ વડીલો માટે ગોઠવાઈ ગઈ હોય. એ દિવસ માટે નવા કપડાં, નવા ગોગલ્સ, નવા શુઝ, નવી કેપ અને હાથમાં પતંગ અને ફિરકી લઈને નાના મોટા સૌના ઉત્સાહ અને ઉમંગથી શહેરની (જૂનું અમદાવાદ) અગાસીઓથી ઉભરાઈ જતું. જાણે ફેશન પરેડ જોઈ લો. એ દિવસનો આનંદ જ અનેરો રહેતો. જો કે ઉતરાણ આવે એ પહેલા મહિનાથી બાળકો શાળાએથી આવે એટલે દફતર ફેંકી સીધા છાપરે જતા રહે. ગમે એટલી બૂમો પાડો પણ અંધારું થાય વહેલું. કૉલેજિયનો અને નવા નવા નોકરી ધંધે લાગેલા લોકો ઉતરાણ પહેલાના ઓછામાં ઓછ ત્રણથી ચાર રવિવાર બપોર પછી ધાબે જ હોય. ત્યારે પણ બપોર પછી ઉતરાણ જેવો જ માહોલ સર્જાઈ જતો.

ઉતરાણના દિવસે અગાસીઓમાં પતંગોના પેચ તો લડે જ પણ સાથે આંખોના પેચ પણ લડતા હોય. કોણ સુંદર લાગે છે, કોણ ભાવ ખાય છે, કોને કોણ ગમી ગયું છે એવા બધા જ નિરીક્ષણો પતંગો ચઢાવતા પણ થતા હોય. એ દિવસનો રંગ જ જૂદો હોય. જો કોઈનો પતંગ કપાય એટલે કા..ઈ..પો.. છે ની બુમાબુમ અને વળી જો કોઈ ઓળખીતાનો કપાયો તો બુમાબુમ.. માંજો લપેટ.. માંજો લપેટ.. પણ મીઠો ઝગડો

હોય. ખેલદીલી પણ એટલી જ કોઈને ખોટું ના લાગે. કારણ કે પછી એમાં એનો વારો પણ આવે જ. એમનો કપાય એટલે સામેવાળાની બુમાબુમ ડબલ જોરમાં થાય. સવારના અગાસી પર હોય તો પણ કેટલીય બૂમો મારો એટલે જમવા ઉતરે. જમવામાં દૂધપાક, પૂરી, ઉંધિયું અને લીલવાની કચોરીનો જ મહિમા. એક-દોઢ વાગે જમવા ઉતરે પછી કલાકનો વિરામ હોય. એમાં પંચાતો ચાલે. સવારનું આજુબાજુનું કરેલું નિરીક્ષણ એટલો ભાવતી ચોકલેટ જેવો વિષય હોય. ફૂલગુલાબી પંચાતોને બસ ચગળ્યા કરો. કોઈ વળી બૂમ મારે કે ચલો હવે એટલે તરત પાછ તૈયાર. સાંજનું અંધારું નીચે ઉતરવા માંડે એટલે તુક્કલ ચઢાવવાનો વારો આવે. તુક્કલ એટલે ખૂબ મોટા પતંગની કિન્ના પર કાગળનું ફાનસ બાંધીને ચડાવવાનું. એક અગાસી પરથી એક અથવા બે જ તુક્કલ ઉડે. આકાશમાં એકદમ સ્થિર હોય. એમાં કોઈ પેચ ના હોય. આખું આકાશ જાણે દીવાઓથી ટમટમી ઉઠતું. છેલ્લે ફટાકડા ફૂટતા. આખાં દિવસનો ઉમંગ અને આનંદ સમેટીને બધા વિદાય લેતા. સોનાની થાળીમાં લોઢાની મેખ જેવી એક કરુણ વાત એવી થાય કે પક્ષીઓ માટે ગોઝારો દિવસ બની રહે. અમદાવાદમાં ઉતરાણ જેટલું જ વાસી ઉતરાણનું મહત્વ રહેતું. આ બે દિવસ તો બધું જ જડબેસલાક બંધ રહેતું. ઉતરાણની ઉજવણીનો આનંદ આજે પણ હૈયામાં અકબંધ છે.

2. દિવાળી

આસો મહિનો બેઠો નથી કે દિવાળીના પદઘમ વાગ્યા નથી. બેસતા મહિનાથી નવરાત્રી શરૂ થાય. આજની નવરાત્રી કરતાં એ નવરાત્રીના દિવસો ઘણાં જૂદા હતા. અત્યારના જેવી કોઈ ઝાકમઝોળ નહોતી. કાંણાવાળા માટલામાં દીવો મૂકી ચોકઠામાં વચ્ચે સુંદર બાજોઠ પર ગરબાની સ્થાપના કરાતી. સંધ્યાકાળે પહેલા આરતી થતી. પછી પોળની બહેનો ભેગી થઈને સુંદર ગરબા રમતી. ગાતી પણ પોતે જ. ત્રણ તાળીમાં રમતી, બે તાળીમાં પણ રમતી, દોઢિયું પણ લેતી અને હીંચ પણ જમાવતી. સુંદર તૈયાર થતી. ચોકમાં ગરબા રમાતા હોય ત્યારે આજુબાજુના ઘરના ઓટલા પર વડીલો અને પુરુષ વર્ગ

ગોઠવાઈ જતા. એ લોકો પ્રેક્ષક બનીને આનંદ માણતા અને બહેનોનો ઉત્સાહ વધારતા.

નવરાત્રીના દિવસોમાં મલ્લામાતાનું અનેરું મહત્વ હતું જે આજે નામશેષ થઈ ગયું છે. 8 થી 12 વર્ષની બાલિકાઓ મલ્લામાતાના પ્રસંગમાં એટલી તો ઓતપ્રોત થઈ જતી કે એમને શોધવાનું મુશ્કેલ થઈ પડતું. ભણવાનું તો ક્યાંય ગોરંભે ચડી જાય. માટી પણ પોતે લાવે અને શણગારની વસ્તુઓ પણ પોતે લાવે. માટીની સરસ ઉંધા શંકું જેવી ઢગલી કરે અને ઉપર ગોળ સરસ લાડવો કરીને ઢગલી પર ગોઠવે. એ મલ્લામાતાનું મોઢું અને નીચેનું શરીર. બે આંખની જગ્યાએ બે કોડીઓ મૂકે, ચાંદલાની જગ્યાએ લાલ નંગ ચોટાડે. લાલ રંગથી હોઠ રંગે અને કાળા રંગથી વાળ. વળી દરજીને ત્યાંથી લાલ રંગનું કપડું લાવીને ઓઢાડે એ માતાજીની ચુંદડી. અમારી આજુબાજુ દરજીની દુકાન હોય, બંગડીની દુકાન હોય એટલે બધો સરંજામ મળી રહેતો. મલ્લામાતાની આજુબાજુ ઈંટો ગોઠવે. એની અંદર ફૂલોની પાંદડીઓ. પ્લાસ્ટિકની બંગડીઓનું કતરણ, દીવા, રમકડાંથી શણગારે. દીવા કરવાનું તેલ પોળમાં જાતે ઉઘરાવવા નીકળે. સાંજ પડે દીવા કરીને આરતી કરે... મલ્લામાતાની આરતી... લઈ ગયા વનમાળી... અને પછી નવ દિવસ સુધી ચોકલેટનો પ્રસાદ વહેંચાય. બે-ત્રણ બાળાઓ એક એક દિવસ વહેંચી લે. દશેરાના દિવસે ઉઘરાવેલા પૈસામાંથી લ્હાણું (નાનો ડબો અને ચવાણું અને પેંડો) બધાને વહેંચીને મલ્લામાતાનું ઉત્થાપન કરે. પછી આવતી સાલ આવે વહેલી. દશેરાના દિવસે અમદાવાદનું એક પણ ઘર એવું નહીં હોય જ્યાં ફાફડા જલેબી ના આવ્યા હોય. ઉત્સાહી પોળોમાં તો સમુહમાં ફાફડા-જલેબીની ઉજાણી થતી. દશેરાના દિવસે ફાફડા-જલેબી ખાવાનું મહત્વ આજે પણ અકબંધ છે.

દશેરા જાય અને પાંચ દિવસ પછી શરદ પૂનમ આવે. મા દૂધપૌઆ અને સાકરના ગાંગડા છાપરે મૂકી દેતી. અધીરાત્રે ઉઠાડીને ખવડાવે ત્યારે એટલા ઠંડા લાગતા જાણે શરીરમાં ઠંડક વળી જતી. સાકરના ગાંગડા મૂકવાનું કારણ એટલું જ કે શરદ પૂનમની ચાંદનીમાં ઠંડી

થયેલી સાકર ઉનાળાના દિવસોમાં શરબત બનાવવામાં અને ઓરી અછબડા નીકળે પછી શરીરમાં ઠંડક કરવામાં બહુ ગુણકારી રહેતી. વળી દૂધપૌઆ ખાઈ લઈએ એટલે સોય દોરો તૈયાર જ હોય. ચાંદ સામે સોયમાં દોરો પરોવવાનો રોમાંચ રહેતો. કહેવાતું કે જે અત્યારે દોરો પરોવી શકે એને ચશ્માં ના આવે.

પૂનમ જાય એટલે દિવાળીની તૈયારીઓ શરૂ થઈ જાય. સૌથી પહેલા ગાદલા-ગોદડા તડકે મૂકાય. પછી ધીમે ધીમે તાંબા પિત્તળના વાસણો મંજાવવાથી માંડીને માળિયા સુધીની સાફ સફાઈ કરાય. સફાઈ પતે એટલે નવા કપડાં, ચંપલ બુટ, માટીના દીવા, રંગોળીના રંગો, દિવાળીમાં ફોડવાના ફટાકડા ખરીદવાનો ઉત્સાહ જ કંઈ ઓર હતો. એ સમયે અત્યાર જેવા મોલ કે મોટી મોટી દુકાનો હતી નહીં. કપડાં ખરીદવાનું મુખ્ય સ્થળ રતન પોળ, ઢાલગરવાડ અને પુરુષો માટે પાંચ કૂવા અને ન્યુ ક્લોથ માર્કેટ હતા. આ સ્થળોએ આજુબાજુના ગામડેથી આવતા ધંધાદારી લોકોનો પણ ભારે ધસારો રહેતો. ઉપરાંત રંગોળીના રંગો, દીવા અને અસંખ્ય નાની નાની વસ્તુઓની દુકાનો અને લારીઓ ત્રણ દરવાજા પાસે આવેલા પાનકોરનાકા પર મળી જતી. તહેવારોમાં તો હૈયે હૈયું દળાય એવી ભીડ રહેતી. ચાંદલાથી માંડીને બંગડી, મેકઅપ, રૂમાલ, પર્સ, પ્લાસ્ટીકની વસ્તુઓ સિવાય પણ જાતભાતની તમે માંગો એ ચીજો મળી રહેતી. વળી એને અડીને જ માણેક ચોકનું વાસણ બજાર હતું. અત્યારે આ બધું યાદ કરું છું તો જાણે અત્યારે ત્યાં જ ફરતી હોઉં એવી લાગણી થઈ આવે છે.

છેલ્લા ચાર પાંચ દિવસોમાં જાત જાતના નાસ્તા અને મિઠાઈ બનાવવાનો નંબર લાગે. અત્યારે વિચાર કરું તો સ્મૃતિમાં પણ સમાતી નથી એટલી અધધ વાનગીઓ પાડોશી બહેનોના સાથથી બનતી. ફાફડા, મઠિયા, સુંવાળી, દહીંથરાં, ચેવડો, દળના લાડુ, ઘુઘરા, મોહનથાળ, અને બીજું કેટલુય.... અત્યારે તો કોઈ ઘેર બનાવતું નથી. ગૃહ ઉદ્યોગના જમાનામાં મોટા ભાગના ઘરોમાં બહારથી જ આવે છે અને તે પણ જરૂર પૂરતું. પહેલાં તો આટલો બધો નાસ્તો બનાવવાના બે કારણ હતા. એક તો ધન તેરસથી લાભ પાંચમ સુધી રોટલી નહીં

બનાવવાનો રિવાજ લગભગ બધા જ ઘરોમાં પળાતો. બીજું કારણ પોળમાં વાળવાવાળા અને અન્ય કામો માટે જે લોકો આવતા તે વસવૈયા કહેવાતા. તેમને જે પણ ઘરમાં બન્યું હોય તેમને થોડું થોડું આપવાનો રિવાજ હતો.

ધન તેરસના દિવસે ધન પૂજન થતું. જો કે આજે પણ થાય છે. કાળી ચૌદસે અડદની દાળના વડા કરીને ચાર રસ્તે મૂકી આવવાની પ્રણાલી હતી. અર્થાત ઘરમાંથી કકળાટ કાઢી અને ચાર રસ્તે મૂકી આવવાથી ઘરમાં શાંતિ બની રહે. દિવાળીના દિવસે ચોપડા પૂજન (શારદા પૂજન) થતું. જેમને દુકાન અથવા પેઢી હોય અથવા તો જેમને બિલ બનાવવા પડે એવો ધંધો હોય એ તમામના ઘરમાં ચોપડા પૂજન થતું. પેઢી કે દુકાનમાં ઘરના બધા જ ભેગા થતા અને એક બ્રાહ્મણ પૂજા કરાવવા આવતો. ચોપડામાં પહેલા શ્રી સવા (આંકડામાં) લખવાનું અને એની નીચે જૂદી જૂદી લીટીઓમાં શ્રી ગણેશાય નમઃ... શ્રી પરમાત્માય નમઃ... મહાલક્ષ્મી માતાજી નમઃ... કેસરિયાનાથનો ભંડાર ભરપૂર હોજો... કૈવન્ના શેઠનું સૌભાગ્ય ઘણું હોજો. (એની નીચે) સંવત... મહિનો... તિથિ... તારીખ... ના શુભ ચોઘડિયે પૂજન કરેલ છે. આ ચોપડો નામ... અટક... ના રોજમેળનો છે, તેમાં સિલક 100000001 પુરાંત હોજો. ત્યારે તો મીંડા ગણતા પણ આવડતા નહીં. વડીલો લખતા ત્યારં કુતુહલથી જોયા કરતા. પૂજન પતે એટલે ફટાકડા ફૂટતા. અત્યારે તો ચોપડાનું જ અસ્તિત્વ નથી. કમ્પ્યુટર ઉપર જ બધાં લેખાં જોખાં થાય છે. બેસતા વર્ષના દિવસે પરોઢિયે ઊઠી બહાર દીવા મુકાતા. દસ પૈસા આપીને સબરસ લેવાતું. મોઢામાં ગોળની કાંકરી મૂકીને પછી દૂધ પીવામાં આવતું. ત્યાર બાદ નાહી ધોઈને નવા ખરીદેલા સાજ-શણગાર સજીને પહેલાં ભગવાનના દર્શન કરતા અને પછી વડીલોને પગે લાગવા નીકળી પડતા. કોકને ત્યાંથી બેની કડક નોટ તો વળી કોઈકને ત્યાંથી પાંચની કડક નોટ મળતી. સાંજ પડે એ નોટો ગણવાનો એવો તો રોમાંચ રહેતો કે પૂછો નહીં વાત.

પછીના ત્રણ દિવસ રજાના રહેતા. એકબીજાને હળવા-મળવાનું રહેતું. આરામ અને મજાના દિવસો ગણાતા. લાભ પાંચમને દિવસે સવારે

સારું મહુર્ત જોઈને રોજિંદા કામધંધા ચાલુ થતા અને નવું વર્ષ શરુ થતું. જૈનો માટે જ્ઞાનપાંચમ કહવાય છે અને જ્ઞાનની પૂજા થાય છે. સમય બદલાય પેઢીઓ બદલાય એમ બધું બદલાતું રહે છે. બધાના ઘેર જવાની અને હળવા-મળવાની રીત બદલાઈ ગઈ છે. આખું કુટુંબ એક જ જગ્યાએ અથવા કોઈ હોટલમાં એક વાર મળી લે પછી સૌ સૌની રીતે રજાઓ માણે. અત્યારે તો બધા પોતાના મિત્રો સાથે રજાઓ માણવા બહારગામ જ ઉપડી જાય છે. હવે પહેલા જેટલી મીઠાઈઓ અને તળેલા નાસ્તા ખવાતા નથી. રોટલી નહિ બનાવવાનો નિયમ સદંતર નાબૂદ થઈ ગયો છે. બધા જ ઘરોમાં રોટલી બનતી થઈ ગઈ છે. નવા કપડાંની નવાઈ રહી નથી. પહેલા તો નવી વસ્તુ ખરીદવા માટે દિવાળીની રાહ જોવાતી હતી પણ હવે તો જ્યારે મન થાય ત્યારે ખરીદી લેવાના. પહેલા તો બહારગામ રહેતા સગાંઓને નૂતન વર્ષના કાર્ડ મોકલાતા એની જગ્યા વોટ્સએપે લઈ લીધી છે. માત્ર લાભ પાંચમનું મહુર્ત અને જ્ઞાન પૂજનની પરંપરા યથાવત છે. બદલાતા સમયની ગતિમાં બદલાતા રહેવું એ જ આપણી નિયતિ છે.

5
અન્ય તહેવારો અને બદલાતું અમદાવાદ

જૂનાં અમદાવાદની સંસ્કૃતિમાં એક મુખ્ય તહેવાર ઉજવાતો હોય તો એ રથયાત્રા છે. અમદાવાદની રથ યાત્રા 145 વર્ષથી જમાલપુરમાં આવેલા જગન્નાથના મંદિરમાંથી અષાઢ સુદ બીજના દિવસે આજે પણ નીકળે છે. નાના હતા ત્યારે તો ખાસ જોવા જતા. મૂળ ઓડિશા રાજ્યમાં આવેલા પુરીના જગન્નાથના મંદિરમાંથી 12મી સદીથી આ રથયાત્રા નીકળે છે. ભગવાન જગન્નાથ, ભાઈ બલરામ, બહેન સુભદ્રાના એમ ત્રણ જૂદા રથો હોય છે. વાયકા એવી છે કે, ભગવાન એમના ભાઈ અને બહેન સાથે મોસાળ ગયા હતા અને ત્યાં એમને આંખો આવી હતી. એટલે ત્રણેય પ્રતિમાઓની આંખો પર પાટા બાંધવામાં આવે છે. આજથી જ્યારે 145 વર્ષ પહેલા રથયાત્રા શરુ થઈ ત્યારથી વર્ષો સુધી ભારતમાં આ બે જ શહેરોમાં નીકળતી હતી. અમદાવાદમાં ભારે ઉત્સાહ અને દબદબાથી રથયાત્રાનો પ્રારંભ થાય છે. તેનો ફરવાનો રૂટ પણ વર્ષોથી ફીક્સ જ છે. માનવ મહેરામણ તો આજે પણ એટલો જ હોય છે. દરેક ધર્મના લોકો ભેદભાવ ભૂલીને રથયાત્રાના દર્શન કરે છે અને ઉગાડેલા મગ અને જાંબુનો પ્રસાદ ખાઈને ધન્યતા અનુભવે છે. આવી જ રીતે એ સમયે હોળીનો તહેવાર રંગો અને પાણીથી ઉજવાતો. પોળ પુરતો ઉત્સાહ રહેતો. હવે તો બહુ જ વધી ગયું છે. ત્યારે પારસીની

પપેટી આવતી, ખ્રિસ્તીઓની નાતાલ આવતી, રમઝાન મહિનો આવતો, મહિનાના અંતે રમજાન ઈદ આવતી મહોરમના દિવસે તાજિયાના જુલુસ નિકળતા. પણ બધું જ એક મર્યાદામાં રહીને માણ્યું છે. હવે તો વર્ષોથી સોસાયટીમાં આવી ગયા પછી કોઈ પણ તહેવારની મજા રહી નથી.

જૂનાં અમદાવાદમાં હિંદુ મુસલમાન સિવાય ભદ્રના કિલ્લા પાસે મહરાષ્ટ્રિયનો રહેતા, ખાનપુરમાં પારસી, કાંકરિયા પાસે યહુદી, જમાલપુરમાં સરદારજી અને પંજાબી અને સલાપસ રોડ પર ખ્રિસ્તીઓ રહેતા હતા પણ બધા જ દૂધમાં સાકર ભળે તેમ ભળી ગયા હતા. ક્યાંક કોઈ વાર છમકલા થઈ જતા પણ ખાસ નહિ. અમદાવાદની જાહોજલાલીનું બીજ શેઠ રણછોડલાલ છોટાલાલે પ્રથમ કાપડની મિલ સ્થાપીને રોપ્યું હતું. સમય જતા એટલી બધી મિલો અસ્તિત્વમાં આવી અને કાપડ ઉદ્યોગ એવો તો ફૂલ્યો ફાલ્યો કે અમદાવાદ ભારતનું માંચેસ્ટર તરીકે ઓળખાતું. સહજાનંદ સ્વામીએ કાળુપુરમાં સ્વામીનારાયણ મંદિરની સ્થાપના કરી હતી. સાબરમતી નદીના કાંઠે આવેલા દધીચિ ઋષિના આશ્રમનો ઉલ્લેખ પદ્મપુરાણમાં મળે છે. અમદાવાદના નગરશેઠની પરંપરાના શાંતિદાસ ઝવેરી સૌથી ધનાઢ્ય વેપારી ગણાય છે. તેઓ જહાંગીર અને શાહજહાંના દરબારની મુલાકાત લેવા દિલ્હી અને આગ્રા જતા. અમીર ઉમરાવો તેમની પાસેથી હીરા, મોતી અને ઝવેરાત ખરીદતા. તેઓ યુરોપના બજારોમાં હીરા મોતીની નિકાસ કરીને અઢળક પૈસા કમાયા હતા. પોતે જૈન હતા. અનેક ભવ્ય જિનાલયો તેમણે બંધાવ્યા છે. ઉપરાંત પ્રજા વત્સલતા, લોકહિત અને સ્ત્રીના અધિકારનું રક્ષણ કરવાના ઉમદા લક્ષણો તેમનામાં હતા જે આજે પણ તેમના વંશજોમાં ઝળહળે છે. ગાંધીજી 1914માં ભારત આવ્યા અને 1916માં અમદાવાદ આવ્યા અને કોચરબ આશ્રમ બાંધી પોતાની કર્મભૂમિ બનાવી. ત્યાંથી સાબરમતી આશ્રમ બંધાયો અને ગાંધીયુગના મંડાણ મંડાયા.

શેઠ રણછોડલાલ છોટાલાલ ભાણ સદાવતની પોળમાં રહેતા હતા. શેઠ મંગળદાસ ગીરધરલાલ રાજા મહેતાની પોળમાં રહેતા હતા. ગુજરાતી

સાહિત્યના શ્રેષ્ઠ કવિ અને જ્ઞાની ગુરુ અખો જે છપ્પાકાર તરીકે અમર છે તે ખડિયા દેસાઈની પોળમાં રહેતા હતા. દલપતરામ લાંબેશ્વરની પોળમાં રહેતા હતા. આજે પણ એમના ઘરના ઓટલા પર એમની પ્રતિમા છે અને અમદાવાદ કોર્પોરેશન સંચાલિત હરિટેજ વોકમાં તેનો સમવેશ પણ કરવામાં આવ્યો છે. એક સમયે દેવજી સરૈયાની પોળમાં મહાદેવભાઈ દેસાઈ રહેતા હતા. પારેખની ખડકીમાં સુપ્રસિધ્ધ ચિત્રકાર મનુ પારેખ રહેતા હતા. અમદાવાદની મહાન વ્યક્તિઓની યાદી તો ઘણી લાંબી છે. અર્વાચિન યુગ પ્રતિભાઓમાં ગાંધીજી, ડો. વિક્રમ સારાભાઈ, રૂબિન ડેવિડ, વર્ગીસ કુરિયન, હોમાઈ વ્યારાવાલા અને બીજા કેટલાયનો સમાવેશ કરી શકાય.

જેમ સમય વહેતો ગયો અને અમે મોટા થતા ગયા એમ બધું બદલાતું ગયું. જૂના અમદાવાદમાંથી પુલ ઓળંગીને પશ્ચિમ અમદાવાદનો વિકાસ થવા માંડયો સૌ પ્રથમ તો પુલને અડીને જ (નજીકના વિસ્તારો) જેવા કે આશ્રમ રોડ, પાલડી, નવરંગપુરા, નારણપુરા વિસ્તારો વિકસવા માંડયા. પહેલા તો શ્રીમંત કુટુંબો (મિલ માલિકો અને સ્વતંત્ર ધંધો કરતા લોકો) આ વિસ્તારોમાં મોટા પ્લોટ લઈને મોટા બંગલા બનવા માંડયા. પેઢીઓ બદલાતી ગઈ એમ ભણતર અને જીવન ધોરણ સુધરતા ગયા. દાક્તર, ઈન્જીનિયર, બેંકના કર્મચારીઓ પણ ધીમે ધીમે બહાર જવા માંડયા. નાના નાના પ્લોટમા નાના નાના બંગલાઓ બંધાવા માંડયા. હવે પોળનું જીવન બધાને સંકુચિત અને બંધિયાર લાગવા માંડયું. મુક્ત વાતાવરણ બધાને જચતું ગયું. 1974માં ચીમનભાઈ પટેલની સરકાર ઉથલાવવા માટે થયેલા નવ નિર્માણના તોફાનોએ અમદાવાદની કમર તોડી નાખી. ત્યાર બાદ કોમી રમખાણોનું પ્રમાણ વધવા માંડયું. નાના નાના ધંધાઓ પડી ભાંગ્યા. બાળકોના શિક્ષણ માટે પશ્ચિમમાં થતી અંગ્રેજી માધ્યમની શાળાઓનો મોહ વધવા માંડયો. પોળો ખાલી થવામાં આ મુખ્ય પરિબળો ભાગ ભજવી ગયા. ફ્લેટોનું કલ્ચર પણ પ્રવેશ્યું. નાની નાની નોકરી કરતો વર્ગ લોન લઈને પણ ફ્લેટમાં જવા માંડયો. સ્ત્રીઓ ભણીગણીને નોકરી કરવા માંડી. ઘરમાં બે જણ કમાતા થયા અને બાળકોનું ભવિષ્ય સુધરતું ગયું

અહીંયાં મેં જે વાત કરી તે લગભગ 1960 થી 1980 સુધીના અમદાવાદની વાત કરી છે. ત્યારબાદ તો શહેરની રોકેટ સ્પીડે પ્રગતી થઈ છે. આજે તો તેના વિકાસની કોઈ સીમા નથી. આજે અમદાવાદ બી.આર.ટી.એસ બસો અને મેટ્રો રેલવેથી ધમધમે છે. રીવર ફ્ન્ટ અમદાવાદની સૌથી સુંદર જગ્યા છે જ્યાં હમણાં અટલ બ્રીજ બંધાયો છે. એના પરથી પસાર થાઓ, તમને લાગે નહીં કે તમે અમદાવાદમાં ફરી રહ્યાં છો. જો સ્વાસ્થ્ય સંબંધી વિચાર કરીએ તો માની ના શકાય એટલી અત્યાધુનિક હોસ્પિટલો બંધાઈ ગઈ છે. અમુક રોગોની સારવાર માટે પહેલા બહાર જવું પડતું હતું જે સુવિધા હવે ઘર આંગણે ઉપલબ્ધ છે. આખા શહેરની કાયાપલટ થઈ ગઈ છે. લેટેસ્ટ ટેકનોલોજિ, ડીજીટલ ગેજેટ્સ અને આધુનિક સુખ સગવડ ધરાવતું અમદાવાદ ભારતનું પ્રથમ હેરિટેજ સિટી અને અવ્વલ નંબરનું શહેર છે.

6

બાળપણના સ્મરણો

મારું બાળપણ (6 વર્ષથી 16 વર્ષ) મુંબઈના માળામાં વીત્યું છે. 60 વર્ષ પહેલાંનો એ માળો અને માળામાં બીજે માળ આવેલી 35 નંબરની રૂમમાં કાનુડાનું વૃંદાવન સમાઈ ગયું છે. મુંબઈ એક તો મહાનગરી અને એમાં આવેલા ભરચક વિસ્તારો અને વિસ્તારોમાં આવેલી લાંબી સાંકડી ગલીઓ અને ગલીઓમાં આવેલા હારબંધ ચાર માળના મકાનો મુંબઈની ઓળખ છે. એનાથી વિશેષ એ સમયે મુંબઈને જોયું પણ નહોતું અને અનુભવ્યું પણ નહોતું. ચોપાટી, હેંગીંગ ગાર્ડન અને કમલા નહેરું પાર્ક... વડીલો સાથે કોઈક વાર ગયાની સ્મૃતિ છે. વળી ચોપાટી તો ઘરની નજીક હતું એટલે થોડાક મોટા થયા પછી એકલી સરખી ઉંમરની છોકરીઓ મહિને બે મહિને એકાદ રવિવારે લટાર મારતી.

ગીરગામની આવી જ એક સાંકડી ગલીમાં ઊભેલો અમારો માળો "વસંત વિલાસ" પ્રમાણમાં બીજા માળાઓ કરતાં સુઘડ ગણાતો કારણ કે, ચોક વાળો હતો. ચોકમાં સરસ મોટા કુંડા ગોઠવેલા અને ચોરસ ઘાટની સાઈડમાં બે રૂમ અને અગાસીની હારબંધ ઓરડીઓ હોય. એક માળ પર આઠ દસ ઓરડીઓ હતી. પ્રત્યેક ઓરડીના જુદા જુદા ઘરના વાતાવરણ હોય પણ એ અંદર જ બધું સમેટાયેલું હોય. બધા બહાર નીકળે એટલે એક સરખી જ રીતરસમ એટલે પાડોશીધર્મના પાઠ તો નાનપણથી જ શીખવા મળ્યા છે એમ કહું તો ચાલે. બહારથી તો બધું

જ સરખું જ લાગે કોઈની સાથે કોઈ માથાકુટ નહીં. પછી ભલે ને માત્ર આપણો આભાસ જ હોય. અમારા માળામાં મહત્ત્વપૂર્ણ વાત તો એ હતી કે બધા જ ગુજરાતી કુટુંબો વસતા. આ ગુજરાતીઓના માળામાં શરૂઆતના 15 વર્ષ વીતાવીને 16મે વર્ષે જ્યારે અમદાવાદ આવી અને પછી મારું પોળનું જીવન શરૂ થયું. અમદાવાદ અને મુંબઈમાં ભારે વિરોધાભાસ. મુંબઈમાં તો કોઈના ઘરમાં શું થાય છે ને એની કોઈ જ પંચાત નહીં કરવાની. કોઈ વાર કુતુહલ વશ કંઈક જોઈને પૂછ્યું હશે તો માનો એક જ જવાબ હોય તો આપણે શું પંચાત? અહીંયાં તો પ્રશ્નોની હારમાળા હોય, એમાંય એ વખતે એક પ્રશ્ન હતો. મુંબઈથી આવી છું ને મરાઠી નથી આવડતું? મારે શું જવાબ આપવો? છૂટક કામ કરતા ઘાટીઓ પણ અમારી સીડી પાસે ઓરડી શરૂ થાય ને એ પહેલા આવેલી નાનકડી જગ્યામાં રહેતા. અહીં ફાવ્યું અહીં ના ફાવ્યું એવું કશું જ નહીં. કોઈ વધારે પગાર આપે કોઈ ઓછો આપે એવું પણ નહીં. બધી જ ઓરડીઓમાં બે-ચાર ઘાટીઓ વહેંચાઈ ગયા હોય અને આરામની પળોમાં એમના વિરામ સ્થાનમાં તમાકું અને બીડીની લહેજત માણતા મજા કરતા હોય. એ બધા જ ગુજરાતી બોલતા શીખી ગયેલા. બાળકોને તો વાત કરવાનો મોકો પણ ઓછો મળે. એટલે મને મરાઠી આવડ્યું નહીં.

મુંબઈમાં પણ જ્યારે એકબીજાને મળીએ ને એટલે સામેથી પ્રશ્ન આવે તમે ક્યાંના? કારણ કે મુંબઈ તો પચરંગી વસ્તી ધરાવતું શહેર છે. અમારા માળામાં ગુજરાતીઓ તો ખરા બધા જ પણ ગુજરાતના જુદા જુદા પ્રાંતમાંથી આવેલા હતા. એ લોકોની રહેણી કરણી અને ભાષા પણ થોડીક જુદી પડે. અમે અમદાવાદી કહેવાઈએ, અમારી ડાબે હાથે રહેતા ઈચ્છાબેન કાઠિયાવાડી હતા. જમણા હાથે રહેતું ઊર્મિબેનનું કુટુંબ જેમની દીકરી શ્રુતિ જે મારી ખાસ બહેનપણી હતી એ લોકો પેથાપુરના હતા. થોડા કચ્છી કુટુંબો પણ હતા અને મારવાડી કુટુંબો પણ હતા. ઝાલાવાડી કુટુંબો પણ ત્યાં રહેતા. જુદા જુદા પ્રાંતમાંથી આવેલા કુટુંબોની વિવિધતા હજી પણ મનમાં અસ્પષ્ટ છાપ ધરાવે છે. હું મારી બેન અમિતા, શ્રુતિ, ઈચ્છાબેનની નાનકી, ચોથે માળેથી પૂર્ણિમા, પહેલે માળ રહેતી દેવીકા અમે બધા એક જ ઉંમરના

કહેવાઈએ અને અમારું એક નાનકડું સરખી ઉંમરની છોકરીઓનું ગ્રુપ હતું. શ્રુતિના મમ્મી બહુ જુદા હતા. એના પપ્પા નાની ઉંમરે ગુજરી ગયેલા એટલે ઓફિસે જતા. ખાસ કોઈની સાથે હળતામળતા નહિ. મને એમને જોઈને ખાસ્સો અહોભાવ રહતો. એમનું મોટું ઓફિસે લઈ જવાનું લેધરનું પર્સ આજે પણ યાદ છે. વળી બીજા બધાને મોટી બહેનો હતી જે કૉલેજમાં જતી અને એ લોકો તો જ્યારે અમારે તહેવારો હોય ને ખાસ કરીને નવરાત્રીમાં એટલા સુંદર તૈયાર થતા હોય!આમ પણ જ્યારે બહાર જતા આવતા હોય તો અમે લોકો અહોભાવથી જોઈ રહેતા અને વિચારતા કે, ક્યારે આપણે મોટા થઈશું. જો કે મોટા થઈ ગયા પછી એવું થાય છે કે મોટા ક્યાં થયા ?

માળામાં થતી ઉજવણીઓ અને વેકેશનમાં થતા ધીંગામસ્તી આજે પણ આંખમાં પાણી લાવી દે છે. અમારા માળાના રહીશો ભારે ઉત્સાહી હતા. માળામાં જાત જાતની ઉજવણીઓ થતી. નવરાત્રીના દિવસોમાં ચોકમાંથી કુંડા ખસેડી લેવામાં આવતા. નાની નાની બાળાઓથી માંડીને યુવતીઓ અને પરણેલી સ્ત્રીઓ પણ સુંદર તૈયાર થઈને હોંશભેર ગરબા રમતી. આ તો સ્ત્રીઓનો જ તહેવાર ગણાતો. પાર્ટી પ્લોટ હજી અસ્તિત્વમાં આવ્યા નહોતા. પછી હોલ આવ્યા પણ ત્યારે તો હોલ પણ નહોતા અને નવલી નવરાત્રીઓ ઉત્સવ બનીને આવતી અને ખૂબ મજા કરતા. ત્યાર પછી દિવાળી આવતી બધા સાથે વડીલો સાથે મળીને નાસ્તા બનાવતા. અને એમાં શું થાય કે કોઈકના હાથના ફાફડા સરસ બનતા હોય કોઈક ના પૂધરા તો કોઈકની સુંવાળી! ગણ્યાં ગણાય નહિ એટલા નાસ્તા અને પછી માસ્ટરી હોય ને એ બેનની લીડરશીપ હોય એટલે એ બેન જેમ કહે એમ બધું કરતા. બહુ જ સરસ બધું થતું. કોઈના ઘરે શોક હોય ને ના બનાવ્યું હોય તેમને ઘેર આપવાનો પણ રિવાજ હતો જે મને યાદ છે. ફટાકડા પણ ફૂટતા અને ચાલીમાં રંગોળી થતી અને દીવા પણ થતા. ચારેબાજુ ઉજવણીનો માહોલ રચાઈ જતો.

1960નો માહોલ હતો 26 જાન્યુઆરીએ ખુલ્લા ખટારામાં ગાડી તકિયા નાસ્તો બાળકોના પીપૂડા એટલે મુંબઈમાં બધું જ લઈને રોશની જોવા

જવાનો આનંદ એકદમ હૈયામાં અકબંધ છે જરાય ઝાંખો થયો નથી. અત્યારે તો બારે મહિના મોલ અને શો રુમમાં રોશની જ રોશની હોય છે. પણ એ સમયે આ લાઈટોનું એટલું બધું મહત્વ હતું કે જોઈને ગાંડા થઈ જતા. 26 જાન્યુઆરી અને 15 મી ઓગસ્ટ એમ રાષ્ટ્રીય તહેવારોની ખૂબ અગત્યતા હતી. 15 મી ઓગસ્ટે સ્પર્ધાઓ યોજાતી અને ધ્વજવંદન પણ થતું.

જન્માષ્ટમીને દિવસે ગલીઓમાં સામસામેના માળા પર જાડી લાંબી રસ્સી બાંધતા અને વચ્ચે મટકી બાંધેલી હોય. તેના ઉપર માટીના કોડિયા જેવું ઢાંકણ અને એમાં ફૂલો પ્રસાદ આસોપાલવના પાનથી શણગારીને આખી ગલીમાં અમુક અમુક અંતરે બાંધેલા હોય. બધા જ ઘાટીઓ ભેગા થઈને ગ્રુપ પાડી દેતા અને થોડા થોડા સમયના અંતરે "ગોવિંદા આલા રે આલા..." એ ધૂન.... મટકી ફોડવા આવતા. એમની ગોઠવણી સરસ રહેતી. નીચે મજબૂત લોકો એકબીજાના ખભા પર હાથ મૂકીને વર્તુળ બનાવે એની ઉપર બીજું નાનું હોય અને ત્રીજું એનાથી પણ નાનું હોય છેક ઉપર એક પાતળીઓ નાનકડો છોકરો ચડે અને મટકી ફોડે. મટકી ફોડે એટલે જોર જોરથી ઢોલ નગારા વાગે અને બધા મસ્તીમાં નાચે. અમે તો અમારી અગાસીમાં ઊભા રહીને મટકી જ ગણતા હોઈએ કે, હવે કેટલી મટકીઓ બાકી રહી.

બીજો પણ આવી જ ધાંધલ ધમાલ વાળો ઉત્સવ ભરપૂર માણ્યો છે. એ છે ગણેશ ચતુર્થી! ગણેશ ચતુર્થી આવે એટલે ગલીમાં જ ગણેશની સ્થાપના થાય. આખો દિવસ તો પ્રમાણમાં નોર્મલ હોય પણ સાંજ પડે એટલે લાઈટોનો ઝગમગાટ, આરતી, મોદકનો પ્રસાદ અને ઢોલ નગારા! અને માઈક પર ધોંધાટિઓ અવાજ આવ્યા જ કરતો હોય. "ગણપતિ બાપ્પા મોરિયા..." એટલું જીવંત વાતાવરણ હોય કે પૂછો નહીં વાત. એની ધૂન અડધી રાત સુધી ચાલતી. ચોથથી ચૌદશ સુધીનો આ તહેવાર ચૌદશ આવે એટલે વિસર્જન દિવસ આવી જાય અને સવારથી જ "ગણપતિ બાપ્પા મોરિયા પૂરચા વરસી લૌકર ચા"ની ધૂન ચાલતી હોય. ગણેશ ભગવાનનું વિસર્જન ચોપાટીના દરિયામાં થાય. મારા ફઈબા ચોપાટી રહેતા હતા. અમે બપોરથી જ

એમના ઘરે જતા રહીએ. એમના પાંચમાં માળના ફ્લેટની અગાસીમાંથી પસાર થતાં બધા જ ગણપતિના દર્શન થાય. બહુ જ મજા પડતી. નીચે જાણે રંગબેરંગી ઝીણા ઝીણા ફૂલોનું કીડીયારું (માણસો) અને મોટી મોટી ટ્રકોમાં મોટા મોટા ગણપતિ જતા હોય. જોકે લારીમાં પણ ઘણા નાના નાના ગણપતિ હોય પણ બધા જ પદયાત્રીઓનો ઉત્સાહ તો બુલંદ! લાલબાગના ગણપતિનું પહેલેથી મહત્વ રહેલું છે પણ ત્યારે વી. શાંતારામના ગણપતિ ખૂબ જ મોટા રહેતા. એમની ટ્રક ખૂબ મોટી અને સીને જગતની મોટી મોટી હસ્તીઓ એમાં જોવા મળતી એટલે એ ટ્રક જોવાનું ત્યારે ખાસ્સું એટ્રેક્શન હતું એવું મને યાદ છે.

એ સિવાય મહારાષ્ટ્રનો અનોખો તહેવાર એટલે ગુડી પડવો. એ દિવસે ઘરની અગાસીમાંથી બહાર નજર કરીએ એટલે ઠેર ઠેર ઘરની બારીની બાર બાંધેલી લાંબી લાકડી અને એના છેડે બાંધેલું ભગવા રંગનું રેશમી વસ્ત્ર અને એની ઉપર તાંબાની નાનકડી લોટી (કળશ) લહેરાતી હોય પણ તેનું મહત્વ જાણવાની તક મળી નથી. ધુળેટીમાં તો ચાલીમાં જ પાણી અને રંગોની છોળમછોળ ઉડતી હોય. કોઈ લપસી પણ પડે. યુવાનીયાઓને એ દિવસે કોઈ રોકે નહીં. એમાં ખાસ નવીનતા કે હેપનિંગ જેવું કહીએ એવું કંઈ હતું નહિ. ઉત્તરાયણ નામનો તહેવાર હોય છે એ વાતની જ ખબર અમદાવાદ આવીને પડી.

તહેવારો ઉજવ્યા સિવાય પણ અહીં શૈશવ અને કિશોરાવસ્થાએ ઘણાં ખેલ ખેલ્યા છે. એમાં કૂતુહલ પણ છે, વિસ્મય પણ છે, અને રોમાન્સ પણ છે. છોકરાઓ તો કોઈ દિવસ નીચે જવા માટે સીડીનો ઉપયોગ તો કરતા જ નહોતા. કઠેડા પર બેસીને જ સીટીઓ મારતા મારતા સરકવાનું. એક વાતની બહુ મજા આવતી ચાલીમાં છોકરાઓને ક્રિકેટ જ રમવું હોય, ગીલીદંડા રમવા હોય અને છોકરીઓને પગથિયા રમવા હોય, દોરડા કૂદવા હોય. છોકરીઓની રમત પ્રમાણમાં શાંત એટલે વડીલો તરફથી પણ છોકરીઓને જ સંમતિ મળે, છોકરાઓને જાકારો મળે કે જાવ મેદાનમાં, છોકરીઓ બિચારી ક્યાં જાય? એ વાતનું ધીંગાણું થતું અને અમને મજા પડતી. કોઈક વાર છોકરાઓના મા-

બાપ વાંધો લેતા. આ બયારાઓ આખો દિવસ ક્યાં જાય? પછી સમય અને દિવસના ભાગ પડતા. આમ તો આખો દિવસ સ્કૂલ હોય શનિવારે પણ અધી દિવસ ચાલુ હોય એટલે મળે તો રવિવારનો દિવસ અને જાહેર રજાનો દિવસ. પછી એ લોકો જ્યારે રમતા હોય ને ત્યારે અમે ઘરમાં બેસીને કુકા કોડી વગેરે રમીએ. જરાક મોટાને સમજણા થયા એટલે ગલીમાં ફરવા પણ નીકળીએ. મકાનની જમણી બાજુ ગલી પતે ને એટલે ખૂબ સુંદર મોટું ચર્ચ હતું ત્યાં ઘડીક ઊભા રહેતા. ઈસુનો કરુણામયી ચહેરો આજે પણ મને બરાબર યાદ છે. ડાબી બાજુ ગલીના અંતમાં મોટી શાકમાર્કેટ હતી. તેમાં જ ફળ માર્કેટ અને ફૂલ ગલી હતા. ફૂલ ગલીમાં એટલા સુંદર ફૂલો સાથે વરરાજાના ગાડી પર પાથરવાની ફૂલોની ચાદર, ફૂલોના બુકે, ગજરા-વેણી બધું જ જાતે બનતું જોયું છે. અને એ સમયે કદાચ બધુ ઠેર ઠેર નહીં મળતું હોય એટલે દૂર દૂરથી મોટા ઘરની સ્ત્રીઓ વટબંધ ગાડીમાં બેસી પોતાની બાઈ સાથે શાક અને ફળો લેવા આવતી અને અમે લોકોને વિસ્મયથી જોઈ કહેતા. ઘણાં યુવાન યુગલો પણ આવતા. હાથમાં હાથ પકડીને આવતા હોય અને પતિ જ ગજરો ખરીદીને પત્નીના વાળમાં બાંધી દે. પછી પાછ હસતા-રમતા ચાલ્યા જાય. મને એ જોવું ખૂબ ગમતું કારણ કે, મને પણ ગજરો ખૂબ ગમે છે.

આજે ઉંમરના તમામ તબક્કા પસાર કરીને શાંતિથી વિચાર કરું છું તો મને એ બધાં જ બહુ યાદ આવે છે.

7
16 ઓગસ્ટ, 2016

હમણાં થોડા દિવસ પહેલા જ મારો 64મો જન્મદિવસ ગયો. સમય તો મુઠ્ઠીમાં રહેલી રેતની જેમ સરતો જાય છે. જીવન કપાતું જાય છે. જન્મદિવસ વિશે લખવા બેઠી એટલે વરસગાંઠ શબ્દ યાદ આવ્યો. આપણે વરસગાંઠ કેમ કહીએ છીએ? લગ્નગાંઠ કહીએ તે બરાબર છે કારણ કે લગ્નમાં બે વ્યક્તિ એક ગાંઠે બંધાય છે અને સહિયારા જીવનની યાત્રા શરુ કરે છે. પણ વરસગાંઠ એટલે? ગાંઠ ખુલી કે પછી બંધાઈ? કેટલી ગાંઠો લઈને આવ્યા છીએ એ તો આપણને ખબર નથી એટલે 64મી ગાંઠ બંધાઈ એમ કહું તો થોડી રહી એમ કહી શકાય અને ગાંઠ ખૂલી એમ માનું તો મોટાભાગની ખૂલી ગઈ એમ માનવું રહ્યું. જે હોય તે પણ આપણને ખબર જ છે કે કેટલા વર્ષો જીવ્યા એ મહત્વનું નથી પરંતુ કેવી રીતે જીવ્યા તે મહત્વનું છે.

જન્મદિવસ નિર્વિવાદપણે આનંદમાં જ જાય છે. સ્વજનોની શુભેચ્છાઓ, ફોન-સંદેશા, વોટ્સએપ, ફેસબુક વગેરેથી આનંદ-મંગલનું આવરણ રચાઈ જાય છે. આ વર્ષે રવિવાર હતો. સવારે વરંડામા હિંચકા ઉપર બેસવું મને બહુ ગમે છે. એટલે સવારે આઠ વાગે છાપાં અને ફોન લઈને બહાર આવીને બેઠી. વાતાવરણ પણ મારી જેમ ખુશનુમા હતું. આજે વરસાદ નહોતો પણ સોનેરી મીઠો તડકો વર્ષાઋતુને લીધે થયેલી લીલીછમ લોન અને નાના નાના છોડવા

પર ચમકી રહ્યો હતો. મંદમંદ પવનનો ધ્વનિ મારા મનના હિંચકાને ખુશીઓથી ઝૂલાવી રહ્યો હતો. મારો નાનકડો છોડ જાસુદના ફૂલોથી લચી પડ્યો હતો. કેટલા બધા ફૂલો ખરી પણ પડ્યા હતા. અને મધુમાલતીની વેલ તો એટલી ફેલાઈ ગઈ હતી કે નજર જ ના હટે. મન જાણે ફૂલોમાં ઓતપ્રોત થઈ ગયું હતું. એવામાં એક રીક્ષા ઘર પાસે આવીને ઊભી રહી. એકાએક વાતાવરણમાં ખલેલ પડવાથી મન પાછું વાસ્તવિકતાની ધરતી પર આવી ગયું અને મેં રીક્ષા સુધી નજર ફેલાવી. એક ભાઈ સુંદર ફૂલોનો બુકે લઈને ઉતર્યા અને મને આપી સહી કરાવીને નીકળી ગયા. અંગત સ્વજન શ્રી મયુરભાઈએ મોકલાવેલા ફૂલોની સુંદરતા અને ગોઠવણી જોઈને હું ચકિત થઈ ગઈ. અનિમેષ નયનોથી ક્યાંય સુધી નિરખ્યા કર્યું. કેટલો સુંદર હતો આ ફૂલોનો બૂકે! મારી ઉંમર પ્રમાણે પસંદગી કરી હશે? હું ઘડીભર વિચારી રહી. કેટલા મૃદુ, કેટલા સૌમ્ય, કેટલા મીઠા લાગતા હતા! જરાય રંગની તિખાશ નહીં અને દેખાવની ઝાકમઝોળ નહીં. અત્યંત આછા ગુલાબી રંગના ગુલાબ અને સફેદ રંગની લીલીની જુગલબંધી!

જીવનના કેટલાય તબક્કા પસાર થઈ ગયા. મોગરાના ફૂલ જેવું નાનકડું અને સુગંધમય બાળપણ, લાલચટક ગુલાબ અને જાસુદ જેવું યૌવન, પીળા ગુલાબ અને કેસુડા જેવો પ્રેમ અને અત્યારે આ બુકે જેવી સૌમ્યતા. હંમેશાં સકારાત્મકતારૂપી ફૂલોના બગીચાનો મહેંકાવવા ઘણો પુરુષાર્થ કર્યો છે. દરેક ઋતુઓ સરખી નથી જતી. સવારના ઝાકળ જેવા સ્વપ્નો મહોર્યા પહેલા જ ખરી પડ્યા છે. વિયોગ અને વ્યાધિ ખૂબ નજીકથી અનુભવ્યા છે.સોળે કળાએ ખીલેલા ગુલાબ જેવા જીવનમાં તીક્ષ્ણ કાંટારૂપી અનુભવો એવા ચુભી ગયા છે કે હજી નિશાન ભૂંસાયા નથી. છતાં પણ ખરી પડેલા સ્વપ્નને ખાતર તરીકે સ્વીકારી અંદરના બીજનું સતત સિંચન કરી જીવનવાડીને મહેંકતી રાખવાનો પ્રયત્ન સાવ એળે નથી ગયો. મન ક્યારેક ભારે હોય ત્યારે હિંચકા પર બેસીને બગીચાના ફૂલો સાથે સંવાદ સાધવાનો પ્રયત્ન કરું એટલે મન પાછું હળવુંફુલ બનીને પતંગિયાની જેમ ઉડાઉડ કરવા માંડે છે.

સુખદ સ્મૃતીઓનો હિસાબ નથી. દુ:ખદ સ્મૃતિઓ માટે ફરિયાદ નથી.

બસ, ક્ષણને સાક્ષી બનાવી ક્ષણોમાં વહેતા રહેવું છે. ખૂબ આનંદ કરવો છે, પ્રેમ કરવો છે અને માણવો છે. કોઈ અપેક્ષા નથી, કોઈ સ્વપ્ન નથી. કોઈ કામ અધુરુ નથી. બસ, સુખદ નવરાશ છે. એ નવરાશની પળોમાં સંતોષ આપે એવો સદ્‌પયોગ છે. આજે 64મો જન્મદિવસ છે.... 74મો.... 84મો કે પછી... 94મો? શી ખબર કેટલા? ફક્ત પ્રવેશદ્વાર જ બદલવાનું છે. ઉતાવળ પણ નથી અને વિલંબ થાય એવી ઇચ્છા પણ નથી. છતા પણ સમય મળે તો ચહેરા પર પડતી કરચલીઓ ગણવી છે. ઉતરતા જતાં વાળની હું સાક્ષી છું. આજે અડધા થઈ ગયા છે. પહેલા ગભરામણ થઈ જતી હતી "બહુ વાળ ઉતારે છે હાય હાય હું કેવી લાગીશ?" પછી ખ્યાલ આવ્યો કે આતો વધતી ઉંમરનો પ્રભાવ છે. એમાં તો મારે ખુશ થવું જોઈએ કે વધતી ઉંમર જોવાનું સદ્‌ભાગ્ય મને મળ્યું છે. ચલાય એટલું ચાલી લેવું છે, માણી શકાય એટલું માણી લેવું છે. ઈશ્વરની નિરંતર વહેતી કૃપામાં વહી જવું છે. રવિન્દનાથ ટાગોરની આ પંક્તિઓ મને ખૂબ ગમે છે.

"આ સુંદર ભુવનમાં મને મરવાની ઈચ્છા નથી.
મનુષ્યો વચ્ચે હું જીવવા ઇચ્છું છું.
આ સૂરજના કિરણોમાં,
આ પુષ્પિત કાનમાં અને
જીવંત હૃદયમાં હું સ્થાન પામવા ઇચ્છું છું."

આજે વરસગાંઠ નિમિતે એટલી જ પ્રાર્થના કે કોઈની સાથે ગાંઠ ના બંધાય. પ્રેમ અને વાત્સલ્યભાવ હંમેશાં વહ્યાં કરે. ફૂલોમાં ગોઠવાઈ જાઉં એટલી મૃદુ બનું અને ખરી પડું તો પણ મહેકતી રહી શકું. પેલા ગીતની જેમ,

રહે ના રહે હમ મહેકા કરેંગે,
બનકે કલી બનકે સદા બાગે... વફા...

8
લાંબી કાળી રાત

તમે માનશો? હું પ્રેમમાં પડી ગઈ છું. તમે પૂછશો કોના? મારો જવાબ છે 'કાળી લાંબી રાતના!' કોઈ બુદ્ધિશાળી મિત્ર કહેશે, વાહ! તું તો સુધરી ગઈ. અમારો તો પહેલો પ્રેમ જ રાત છે. રાતના અમે રાજા! પણ તું? શક્ય જ નથી. તને તો સોહામણી સવાર જ વહાલી. સુંદર સવાર! સોનેરી વાતાવરણ! પક્ષીઓનો કલબલાટ! ચહલપહલના ધોંઘાટનો વિરામ! તાજગીથી તરબતર! કોણે હરી લીધાં એ વિચારો? જવાબ સામી ભીંતે અથડાઈને મારી તરફ જ આવે છે, મેં પોતે જ!

શરીર તો મૂળે નબળું જ, પણ મન? મન તો વજ્ર જેવું કઠોર! ક્યારેય શરીરનો સાદ સાંભળ્યો નથી. એ એનું કામ કરે છે અને હું મારું. હું હંમેશાં એમ જ વિચારું કે હોય હવે! આ દુનિયામાં થોડું આપણી ઇચ્છ પ્રમાણે જ બધું લઈને અવાય છે? ગમે તેટલી માંદી હોઉં પણ મનમાં તો પેલો દૂ......ર ક્ષિતિજમાં સવારના સોનેરી કિરણો પાછળ ઊગતો સૂર્ય જ રમી રહ્યો હોય. બસ! હમણાં જ સવાર પડશે અને જીવન ઝળાંહળાં. આ શરીર ભલેને માંદું રહ્યું; હમણાં ઊર્જાથી ભરાઈ જશે અને મારા મન સાથે બરાબરી કરીને દોડવા માંડશે. પણ હવે મીરાંબાઈના ભજન 'જૂનું રે થયું દેવળ હવે જૂનું રે થયું'ની જેમ શરીર ઘસાયું છે, પણ મન માનવાને તૈયાર નથી. ના... ના... એવું તો હોતું હશે? આપણે ચાલીએ અને શરીર કેમ નહીં?

પણ ખરેખર એવું થયું છે. ત્રણ-ચાર દિવસની માંદગી અને ત્રણ-ચાર અઠવાડિયાથી વાટ લાગી ગઈ છે. મન ઉપર શરીરની નબળાઈ એટલી તો હાવી થઈ ગઈ છે કે કશું ગમતું જ નથી. આમ તો વહેલી સવારે ઘર ખોલું એટલે જમણી બાજુ ડોક ફેરવીને માણસોને બૂમ મારવાની અને ડાબી બાજુ ફરીને ઉપર ઊઘડતા આકાશ પર નજર કરવાની અને પછી નીચે સોસાયટીના કોમન પ્લોટની લોન, નમણી સવારનું સ્વાગત કરતા ઝાડ અને સોસાયટીમાં ચાલતા સ્વજનો ! બધું મનમાં ભરી અંદર આવીને સ્ટોર રૂમમાં મુકેલા ભગવાન સમક્ષ બે હાથ જોડાઈ જાય. પછી દિનચર્યા શરુ થાય. અત્યારે તો સવાર પડે અને નિ:સાસો પડે. આ સવાર કયાં પડી? જાણે ઊઘ તો હજી પુરી થઈ નથી. સ્ફૂર્તિના સંચારનું નામ નિશાન નથી. જેમ તેમ ઊભી થઈ બારણું ખોલી માણસોને બૂમ મારી સીધી જ પાછી રુમની પથારીમાં ! રુમમાં તો સવારનો અણસાર પણ નથી, પરદા ઢળેલા છે એટલે અંધારું જ છે. એકાદ કલાકની ઊઘ તો આરામથી ખેંચી કઢાય એમ છે. પણ પછી એ કલાક પછી શું? પરાણે ઊભા થવું પડે છે. રુમની બહાર આવું એટલે કુદરતી ઉજાસ અને ઊર્જાથી સંચરતું મારું ઘર મને દુશ્મન જેવું લાગે છે, કશું જ ગમતું નથી. અરે, સવારના પહોરમાં છાપાં ફેરવવાનો નિયમ પહેલી વાર જ તુટ્યો હશે. નાની મોટી કેટલીય માંદગીઓ આવી ગઈ પણ routine માં કોઈ ફેરફાર નહીં. મન તો એવું ને એવું જ હોય. તાજગીથી તરબતર! શું રસોઈ થશે?શેનું શાક કરીશું? અરે, આજે તો શનિવાર છે સાંજની તૈયારીમાં શું કરું? શું મંગાવું? શું પલાળું? છોકરાઓ મારી ચિંતા બહુ કરે. ક્યારે તારી તબિયતનું ધ્યાન રાખીશ?

મારું ધ્યાન રાખવાનો સમય જ ક્યાં મળ્યો છે? જાણે અચાનક જ ટપકી પડ્યો છે. મનનાં કમાડ જડબેસલાક બંધ થઈ ગયા છે. કશું જ સ્પર્શતું નથી. કંઈ જ ગમતું નથી. ફક્ત રાત પડે એટલે હાશ થાય છે. હાશ... થવાનું એક જ કારણ છે સવારે આંખ ખૂલે અને મનમાં પ્રવેશી જતો ગુનાહીત ભાવ (guilt) આપોઆપ બહાર નીકળી જાય છે. મારી વર્ષોની દિનચર્યામાં રાત્રે કોઈ કામ નથી. ટી.વી. જોવું અને ઊઘી જવું, એટલે થાય હાશ... ઊઘવાનો સમય થઈ ગયો. આ મનની હાશના

પ્રતાપે સવારનો સમય બરબાદ થાય છે. વાંચ્યા વગરના છાપાની થપ્પી વધતી જાય છે, ફેરવ્યા વગર છાપું પસ્તીમાં કેવી રીતે મુકાય? શું રસોઈ થઈ છે એ જમવાના સમયે જ ખબર પડે છે. મનમાં એટલી નબળાઈ કહો કે આળસ ભરાઈ ગઈ છે કે ફોન પણ મારા વગર સુસ્ત થઈ ગયો છે, મારા વગર એનો ભાવ કોણ પૂછે? મારે તો દિવસના કેટલાય ફોન કરવાના હોય. પરિવારમાં ઉમેરો કરતી અને અનેકવિધ વાતોનો થાળ પીરસતી મારી વરંડામાં ચાલતી ઓફિસ સૂનકારમાં ગરક છે. કેવી રીતે કોઈ આવે મારું જ હૈયું સૂનકારમાં ગરક છે. વર્ષોથી ઘરનાં મુગટ તરીકે શોભતો શનીવાર સાવ ઝાંખો પડી ગયો છે. હમણાં હમણાં બહુ સંભળાતું કે વાહ! વર્ષોથી ચાલતા દર શનીવારે પરિવારના સહભોજનનો નિયમ હજી અવિરતપણે ચાલે છે એ શનીવાર પણ આશ્ચર્યમાંથી બહાર નથી આવી શકતો. મારી આંખો વાટે મનનાં દ્વાર ખટખટાવી રહ્યો છે. મને એ સંભળાય છે. પણ સમગ્ર અસ્તિત્વ જાણે પેલી કાળી લાંબી રાતની રાહ જોવામાં જ સર્વોત્તમ સુખ પામી ગયું છે; જાણે બહાર જ નીકળવા નથી માંગતું.

પણ હવે મારે બહાર નીકળવું છે. આ પ્રેમ નથી આ તો વળગણ છે. જેટલું ગળે વળગાડીશ એટલું વળગેલું જ રહેવાનું છે. પણ ના... હવે એને પંપાળવાનું નથી. મનનાં કમાડ ધીમે ધીમે ખૂલી રહ્યા છે. ચૈતન્યના ઉજાસની ટશરો પ્રવેશી રહી છે. સવારનો સૂર્ય દસ્તક આપી રહ્યો છે. મારો સાચો સાથી તો બસ એ જ છે. આટલાં બધાં દિવસ સુધી જવાબ ના મળે તો કોઈપણ નિરાશ થઈને ચાલ્યું જાય. જ્યારે આ સૂર્ય તો મારા સાચા પ્રેમીની જેમ હું પહેલાં જેવી જ થઈ જઈશ એ આશામાં હજી પ્રતિક્ષા કરી રહ્યો છે. એને કેવી રીતે નિરાશ કરાશે? નસીબદાર છે એ જેની પાસે સાચો પ્રેમી છે. મારી પ્રેમકથા રાતથી શરુ થઈ સૂર્ય પાસે પૂરી થાય છે.

૧
આયુષ્યના અવશેષે

ઘણીવાર ઓચિંતા જ આઘાતજનક સમાચાર મળતા હોય છે કે, સાંભળીને હતપ્રભ થઈ જવાય. આપણે કલ્પના પણ ના કરી હોય એવા હસતા, રમતા અને સ્વસ્થ સ્વજને ચિર વિદાય લઈ લીધી હોય. "અરે!એકદમ શું થઈ ગયું? બે દિવસ પહેલા તો મળેલા." મન વિચારમાં પડી જાય પણ મૃત્યુ જીવનનું અંતિમ સત્ય છે. આ મૃત્યુ નામનું કફન ક્યારે, કયાં સમયે, કઈ ઉંમરે, કયા નિમિત્તના સ્વરૂપે કોના ઉપર વીંટળાઈ જશે એ જાણી શકાતુ નથી. કોઈક વાર એ અચાનક જ ટપકી પડે છે અને આશ્ચર્યમાં મુકી દે છે. કોઈક વાર સમયસર પણ આવી જાય. થાય કે ચાલો નસીબદાર! કોઈની પાસે પાણીનું પવાલું પણ માંગ્યુ નહીં, સમય પત્યો અને અનંતની વાટ પકડી લીધી. પણ કોઈક વાર બ્રહ્માંડના આટાપાટામાં એવું તો અટવાઈ જાય જેવી રીતે રેલ્વે સ્ટેશન પર ગાડીની રાહ જોઈને બેઠા હોઈએ અને ગાડી આવે જ નહીં જાણે કે, આવવાનો અણસાર પણ ના હોય! રાહ જોનાર અને મુકવા આવનાર (ચાકરી કરનાર) બધાની ધીરજનો અંત આવી જાય. ક્યારે છુટકારો થશે? એમના આત્માનો પણ અને બીજાનો પણ! આત્મા શરીરમાંથી વિદાય લે, ચેતના બુઝાઈ જાય એને આપણે મૃત્યુ કહીએ છીએ. એ ક્ષણથી ગતિ અટકી જાય છે. જીવનના તમામ સંબંધો, આનંદો, ખુશીઓ, આઘાતો અને સંધર્ષોનો અંત એટલે મૃત્યુ.

થોડા દિવસો પહેલા રાત્રે જમ્યાં પછી રૂમમાં જઈને બેઠી અને ટી.વી. ચાલુ કર્યું. છોકરાઓ બહાર ગયા હતા. થોડીવારમાં ડોરબેલ વાગ્યો. સોસાયટીનો વોચમેન કહેવા આવ્યો હતો કે, બે નંબરના બંગલાવાળા બા ગુજરી ગયા હતા અને સવારે સાડા આઠ વાગ્યે કાઢવાના હતા. મારું મન ત્રણ વર્ષ પાછળ જતું રહ્યું. અત્યંત જાડા કાચના ચશ્માં, અતિ વૃદ્ધત્વનો સંકેત આપતી પાણીના અભાવે સુકાઈને તિરાડો પડી ગયેલી રૂક્ષ ધરા જેવી શરીર પરની કરચલીઓ અને દાંત વગરનો સદાય હસતો બોખો ચહેરો મારી આંખો સમક્ષ તરવરી રહ્યો. મૃત્યુ પામનાર વ્યક્તિ યુવાન હોય કે વૃદ્ધ પણ સાંભળીએ એટલે એક જાતનો ખાલીપો ઘેરી વળે ભલે ને ખાસ મળવાનું પણ થતું ના હોય. પણ મૃત્યુ આપણે જલદી સ્વીકારતા નથી.

અમારી સોસાયટીમાં 19 બંગલા છે, પણ કોઈની ય સાથે હળવાવમળવાનું થતું નથી. 1991માં અમે અહીં રહેવા આવ્યા ત્યારે સોસાયટીની બહાર નીકળીએ એટલે જમણા હાથે ચાર રસ્તે આવેલા પુરુષાદાનીય પાર્શ્વનાથના દેરાસરે દરરોજ ચાલીને દર્શન કરવા જતી. પોળમાં તો દેરાસર બાજુના જ ખાંચામાં હોય પણ અહીં આવ્યા ત્યારે હૈયામાં હામ એટલી હતી કે ફરકડાની જેમ ફરી વળું. નાહીધોઈને પગ ઘરની બહાર નીકળી જ જાય. એ સમયે ચાર રસ્તા સુધી જવું કંઈ નવાઈની વાત નહોતી. પછી તો વસ્તી વધતી ગઈ અને સાથે સાથે એની સાથે ઉંમર પણ. દસ-બાર વર્ષથી સોસાયટીને અડીને જ બાજુની સોસાયટીમાં ઘર દેરાસર થયું છે. ખૂબ સુંદર છે પણ એ દેરાસર સવારે દસ વાગ્યે બંધ થઈ જાય છે. એટલે ડ્રાઈવર આવે તે પહેલાં હું તૈયાર થઈ જાંઉ અને જેવા એ આવે એટલે દર્શન કરી આવું. એક સમયે એ ના પણ આવ્યા હોય તો ચાલતા પણ જઈને આવી જવાય.

ત્રણ વર્ષ પહેલા અમારા ડ્રાઈવર દોઢ મહિનાની રજા ઉપર હતા. મારા સ્વભાવ પ્રમાણે હું સવારે જલદી તૈયાર થઈને દર્શન કરવા દોડું. સોસાયટીના ઝાંપે જ જમણીબાજુ બાનો બંગલો. દરરોજ સવારે બા ફૂમળો તડકો ખાવા બેઠા હોય. મારી અને એમની આંખો મળે

એટલે એમનો બોખો ચહેરો તરત જ હસી ઊઠે. તેમના હાસ્યના સ્પંદનો મારી ચાલની ગતિમાં શોર્ટબ્રેકનું કામ કરે. મારી ચાલ તરત જ ધીમી પડી જાય અને પગ એમના તરફ વળી જાય. બા એકદમ આનંદમાં મહેકી ઊઠે અને એમના બંને હાથથી મારા બે હાથ પકડી લે. એમના ખરબચડા અને અત્યંત કઠોર પરિશ્રમનો સંકેત આપતા હાથની હૂંફ આપતો વહાલભર્યો સ્પર્શ મારા રોમ રોમમાં પ્રસરી જાય. અમે બંને એકબીજા સામે જોઈને ફક્ત હસીએ. એક મિનિટ પછી હું પૂછું, બસ? એટલા જ વહાલથી માથું ધુણાવે કે બસ. આટલો જ અમારો સંબંધ. આ સંબંધને શું નામ આપવું? મમતાભર્યા સ્પર્શની તૃષા ક્યારેય સંતોષાય છે? ભલે ને ગમે એટલા મોટા થઈએ. મોટા થવાનું મોટું દુઃખ એ છે કે, માથે વહાલભર્યો હાથ ફેરવનારાઓની જીવનમાંથી બાદબાકી થતી જાય છે. છતાંય કોઈક ક્ષણે ઈશ્વર ગમે તે રૂપમાં એ તૃષ્ણા છીપાવી દેતો હોય છે. બસ ! દોઢ મહિનો અમારો આ ક્રમ ચાલુ રહ્યો હશે. પછી પણ કોઈકવાર મળી જવાનું થતું. પણ કેટલાય સમયથી બા મનમાં ઊંડે ઢબુરાઈ ગયા હતા. આજે એમના મૃત્યુના સમાચાર સાંભળીને એ મમતાભર્યો સ્પર્શ અને વહાલ વરસાવતી આંખો નજર સામે તરવરી રહ્યાં. એ માંદા હશે? મારું મન વિચારી રહ્યું. જો કે મૃત્યુ એ તો કુદરતી ઘટના છે.

જીવન અને મૃત્યુ એક જ સિક્કાની બે બાજુ છે. જીવન જીવવાનો અર્થ જે જાણી શકે તે મૃત્યુના અર્થને પણ સમજી શકે. અર્થ જાણવો એનો મતલબ ધરમધ્યાન કે પછી આમ કરીશું તો પાપ લાગશે અને પછીના ભવમાં ભોગવવું પડશે એવા ભયમાં જીવવું એવો જરાય નથી. પણ અંતરમાંથી જે અવાજ ઊઠે એને સાંભળવાનો છે. ઘણાં લોકો ધર્મ અને ધર્મગુરુઓના પ્રભાવમાં આવી જઈને એમના કહ્યા પ્રમાણે જ ચાલવાનો આગ્રહ રાખે છે. અરે ચાલી ના શકે તો પણ પાછળ પાછળ ઢસડાતા હોય છે. પોતાની અંદરનો અવાજ દબાવી દે છે. ફક્ત ધરમધ્યાનની જ વાત નથી પરંતુ મોટા ભાગના લોકો એમના મન પર ભય રાખીને રહે છે પણ જો આપણા અંતર મનમાં વિશ્વાસ બેસી જાય કે આજે આપણે જીવીએ છીએ એવું કાલે પણ જીવવાનું જ છે તો પછી ભયનો પ્રશ્ન ઊભો રહેતો નથી. જીવનનો પ્રવાહ અનંત છે.

આપણે અગણિત વર્ષોથી જીવીએ છીએ અને આગળ પણ અગણિત વર્ષો સુધી જીવવાના છીએ. ગીતા કહે છે, "જેનો જન્મ નિશ્ચિત છે એનું મૃત્યુ નિશ્ચિત છે. આપણે યથા સમયે વસ્ત્રો જેમ બદલીએ છીએ એમ આત્મા પણ યથા સમયે ખોળિયું બદલે છે." જીવન અને મૃત્યુના બે કિનારા વચ્ચે પ્રેમની સરિતા વહેતી હોય છે. આ પ્રેમની સરિતા એ લોકો જ અનુભવી શકે છે જેઓ જીવનને ઊંડાણથી સમજી શકે છે અને પ્રામાણિક હોય છે. દરેકનું જીવન અનોખું છે. દરેકના સંજોગો અનોખા છે. દરેકની વિચારશૈલી અનોખી છે. જીવનના ત્રણ તબક્કા છે, તેમાં પહેલો છે બાળપણ! બાળપણ કેટલું નિર્દોષ છે. રજનીશજી કહે છે જીવન એક બીજ છે એક સંભાવના છે. એમાંથી જે પુષ્પ ખીલવાનું છે એની સુંદરતાનો માપદંડ દરેક વ્યક્તિએ જૂદો પડે છે. બાળપણ ખતમ થવાનો ચોક્કસ સમય છે. જીવનનો સૌથી અગત્યનો સમય યુવાવસ્થા છે. એને ખતમ થવાનો કોઈ નિશ્ચિત સમય નથી. માણસ ગમે એટલો મોટો થાય પણ મૃત્યુપર્યંત યુવાન રહી શકે છે. ઘણા એવા પણ હોય છે જે યુવાવસ્થામાં જ વૃદ્ધાવસ્થાને આમંત્રણ આપી દે છે.

મૃત્યુ કોઈના પણ હાથની વાત નથી. કે પછી કોઈની ઇચ્છાથી થતી પૂતી નથી. કોઈપણ ઉંમરે મૃત્યુ આવે તો તે વિદાયની ગરિમા દરેકના હૈયે સરખી હોવી જોઈએ એવી પ્રાર્થના છે. આપણી સંસ્કૃતિ અને પરંપરામાં સાત્વિક જીવન જીવવાના અનેક માર્ગો છે અને બધા યથાશક્તિ પ્રયત્ન પણ કરતા હશે છતાંય ઘરમાં વૃધ્ધ વડીલની માંદગી અને પરવશતા પ્રત્યે કરુણા જાળવી રાખવાનો પ્રયત્ન બધા જ કરતા નથી. ધાર્મિક કથાઓમાં પણ આપણે જોઈશું રાજાઓ, ઋષિઓ, દાનવો લગભગ બધા જ એક નાનકડાં નિમિત માત્રથી એમનું કાર્ય પુરું થાય એટલે ટપ દઈને દુનિયામાંથી વિદાય થઈ જાય છે. પણ આપણા જીવનમાં આવું બનતું નથી. ઘણા વૃધ્ધોનું જીવન ધર્મની આરાધનામાં જ વીત્યું હોય પણ વૃદ્ધાવસ્થા વસમી આવે છે. સમય જતા આંખો નબળી પડે, કાને ઓછું સંભળાય અને ઘણુંખરું તો ચિત્તભ્રમ જેવું થઈ જતું હોય છે. મારા દાદી એટલા તો ધાર્મિક હતાં કે પહેલાં તો સામાયિક પ્રતિક્રમણના ચુસ્ત આગ્રહી હતાં, ચોવિહાર નોકારશી તો ક્યારેય ચૂક્યા નહોતા. પણ પાછલની ઉંમરમાં બધું ચ ભૂલીને રાત્રે ખાવાનું

માંગતાં, વહેલી સવારે ચ્હા માંગતા એ જોઈને મારા પિતાને એવો આધાત લાગેલો કે આ વાતનો સહજ સ્વીકાર કરી શક્યાં નહોતા. એમને એમ જ થઈ ગયેલું કે જે ધર્મને બાએ આખી જિંદગી સાચવ્યો એ ધર્મ બા ને તો સાચવી શક્યો નહીં.

ઘણાં નાની ઉંમર અને નખમાંય રોગ નહીં પણ અચાનક જ વિદાય લઈ લે છે. અને ઘણાં એવાય નસીબદાર કે 80-90 વર્ષ આસપાસ હોય પણ છેક સુધી પોતાનું કામ કરતા હોય, ઘરમાં પણ થોડી મદદ કરતા હોય અને અચાનક જ એક સવારે ઊઠે જ નહીં. ઉંઘમાં જ ઉંઘી ગયા હોય. સમય ખતમ ખેલ ખતમ! આવા અનેક પ્રસંગોની ઘટમાળ જીવનમાં ચાલ્યા કરે છે. યુવાન મૃત્યુમાં મન રડી ઊઠે. હે ભગવાન તે આ શું કર્યું? મારો વિચાર પણ ના કર્યો?કોઈ બિચારું વડીલ વૃધ્ધ દહાડા ખેંચતું હોય તો હે ભગવાન મારો તો વિચાર કર આમને ક્યારે તારી પાસે બોલાવીશ? ભગવાન આમાં શું કરી શકે? એ તો સ્થિતપ્રજ્ઞ છે. કોઈ દિવસ એની કરુણામયી આંખો સાથે આંખ મેળવવાનો પ્રયત્ન કર્યો છે? એની સામે ફરિયાદો લઈને બેસી જઈએ છીએ પણ કોઈ દિવસ એની સાથે સંવાદ સાધવાનો પ્રયત્ન કર્યો છે? "તને ઠીક લાગ્યું હશે એમ જ તે કર્યું હશે. મારા જ કર્મી અનુસાર મેળવેલા સંજોગોમાં પણ તે અપાર કરુણા રાખી હશે." એવી શ્રદ્ધા આપણે ક્યારે ય વ્યક્ત કરીએ છીએ? જો કરીશું તો ચોક્કસ સફળ થઈશું. એમાં જ જીવનનો અર્થ છુપાયેલો છે. આપણે જો દિવસમાં થોડો પણ સમય કાઢીને પરમાત્માને યાદ કરીશું તો ધીગેધીમે આત્માનું પરમાત્મા સાથે જોડાણ થવા માંડશે, અજ્ઞાનતારૂપી અંધકારના પડળો ખસવા માંડશે, ફરિયાદો ગૌણ બની જશે. મન શાંત રહેશે અને પરિસ્થિતિમાંથી ક્યારે મુક્તિ મળી જશે એની ખબર પણ નહીં પડે.

ચંદ્રકાંત બક્ષી કહે છે, "...ગુજરાતી ભાષા અજીબોગરીબ છે પણ મૃત્યુની બાબતમાં ઈમાનદાર છે. અંગ્રેજીમાં એક શબ્દ મને બહુ ગમે છે, હતી પાસ્ડ અવે (passed away) મરણ પામ્યો એમ નહીં પણ પસાર થઈ ગયો એમ કહેવાય છે. પૃથ્વી પર વસ્તી દરેક વ્યક્તિ મહેમાન છે. આપણે બધાએ એક દિવસ પસાર થઈ જવાનું છે."

પુરાતન હવેલીઓ, મહેલો, સ્થાપત્યો કે જે એક જમાનામાં ભવ્ય ગણાતા હતા તે સમય જતા ખંડેર બની જાય છે અને રહે છે માત્ર અવશેષો! જેની ગણના આપણે ભવ્ય વારસા તરીકે કરીએ છીએ. એ સ્થળની મુલાકાત લેવાનો લહાવો લઈએ છીએ. જ્યાં પણ જઈએ ત્યાં એક ગાઈડ હોય છે એ આપણને એ જમાનાનો ઇતિહાસ અને તેની ભવ્યતાની, તે સમયની, એ કેવી રીતે અસ્તિત્વમાં આવ્યું, કંઈ ઘટનાની સાક્ષીરૂપે છે વગેરેની માહિતી આપીને એ સમય આપણી સમક્ષ જીવંત કરે છે. આપણે ગમે તે ભોગે એને સાચવીએ છીએ. આવું જ કંઈક વૃધ્ધાવસ્થાનું છે. કોઈક બિચારું વૃદ્ધાવસ્થામાં લાંબી ઈનીંગ ખેંચી નાંખે છે. પણ એ એમના હાથની વાત નથી. એમના પ્રત્યે કરુણા રાખીએ. એ પહેલેથી જ આ પરિસ્થિતિમાં નથી. આપણા જીવનમાં એક વડિલ તરીકે એમણે આપેલા પ્રેમ, અનુભવ અને સંસ્કારનું સિંચન લક્ષમાં રાખી અને એ આત્માનું જતન કરીએ. જરાય ઉપેક્ષાભાવ રાખ્યા વગર એમનું નિમિત અને આપણા કર્મી ખપાવવાનો પુણ્યોદય માની તેમનું મૃત્યુ મંગલમય બનાવીએ.

10
ભગવાન

હમણાં થોડા દિવસ ઉપર મારા એક સ્નેહીએ મને પ્રશ્ન કર્યો "ભગવાન નામ ક્યાંથી આવ્યું છે? આપણે ભગવાનને ભગવાન જ શું કામ કહીએ છીએ? તે ક્ષણ પૂરતું તો મારું મન ચકરાવે ચડી ગયું. આમ તો ભગવાન પ્રત્યે મને અપાર શ્રદ્ધા છે. નામ વિશે શબ્દકોશમાં મને ક્યારેય વિચાર આવ્યો નહોતો હું શબ્દકોશમાં જોઈને તમને કહીશ. મારા માટે મારા ભગવાનનું માધ્યમ હું રૂમમાં બેઠી હોઉં અને મારા માથા ઉપર આવેલી છત પર ચાલતા પંખા જેવું છે. જે મને સતત પવન વીંઝ્યા કરે છે. અને બહાર જાઉં તો મારા વાળ અને દુપટ્ટો ઉડાડ્યા કરે છે. નાનપણમાં એક દ્રષ્ટાંત વાંચ્યું હતું જે મારા ગળે ઉતરી ગયું છે. એક નાસ્તિક માણસ એક સંતને પૂછે છે: "ભગવાન મેં જોયા નથી તો હું કેવી રીતે માનું કે ભગવાનનું અસ્તિત્વ છે? તમે ભગવાનને જોયા છે?" સંત કહે છે: "તમે પવનને જોયો છે?" પેલો માણસ ના પાડે છે. એટલે સંત પૂછે છે, "પંખો ચલાવો ત્યારે પવનનો અનુભવ કરો છો?" પેલો માણસ હા પાડે છે એટલે સંત જવાબ આપે છે "ભગવાન તો અત્ર, તત્ર, સર્વત્ર ફેલાયેલા છે ફક્ત તમારે એની શીતળતાનો અનુભવ કરવાનો છે."

હકીકતમાં તો એમ થયું કે અચાનક જ પૂછાયેલા ભગવાન વિશેના પ્રશ્નથી મારું મન ભગવાન શબ્દ પર જ ચોટી ગયું હતું. મેં સાર્થ શબ્દકોશમાં જોયું. એમાં બહુ થોડી માહિતી હતી. શ્રીમંત, ભગવાવાળું

અર્થાત તેઓ માણસ અને પછી લખ્યું હતું; ઈશ્વર અને પ્રભુ. વાંચીને ખ્યાલ આવ્યો ભગવાનનું ક્યાં એક જ નામ છે? એમના નામો તો અનેક છે. ઈશ્વર, પ્રભુ, પરમાત્મા અને બીજા કેટલાય. વળી આપણે તો પુરુષોના નામ પણ પાડી દઈએ છીએ. ભગવાનદાસ, પ્રભુદાસ, શંકરલાલ, હરિપ્રસાદ અને કૃષ્ણ ભગવાન માટે વપરાતા બધા જ નામ આપણે રાખીએ છીએ એટલે અર્થ તો એમ થયો કે ભગવાન એક નથી. ખરેખર ભગવાન એક નથી. ઓશો કહે છે "દુનિયામાં 300 ધર્મ છે અને 300 તેના સંપ્રદાય." મુસલમાન અલ્લાહ કહેશે, ખ્રિસ્તી જિસસ, પારસી નવરોઝ કે ખોરદાદ? એવી રીતે વિશ્વના દરેક દેશો પાસે એમના અલગ ભગવાનના નામ હશે.

મારી પાસે રતિલાલ નાયકનો મોટોકોશ પણ છે. તેમાં થોડો વધારે સમજણ સાથેનો અર્થ મળ્યો. તેમાં લખ્યું હતું : વૈભવ, ધર્મ, યશ, શ્રી, જ્ઞાન અને વૈરાગ્ય. આ છ ઐશ્વર્ય જેનામાં સહજપણે હોય એને ભગવાન કહે છે. માણસમાં આ છ ગુણો સહજપણે હોય એવા અપવાદ ઓછાં હશે પણ સહેજ ચડતા ઉતરતા ક્રમમાં મળી જાય. પણ જે સર્વોપરી છે તે ભગવાન છે જે માણસથી જુદો પડે છે એવી મારી આસ્થા છે.

જંપીને બેસવાની મને ટેવ નથી. પછી નજર ફેરવી ભગવદગોમંડળમાં. એમાં ગાંધીજીનો અભિપ્રાય રસપ્રદ છે. ગાંધીજીએ હરિજનબંધુમાં લખ્યું છે. અપંગની સેવામાં ધર્મ છે. અપંગરૂપે ભગવાન આપણને હંમેશાં દર્શન આપે છે. આત્મા અમર છે એમ હું માનું છું. એને લગતો દાખલો તમને સમુદ્રનો આપું છું. સમુદ્ર જલબિંદુનો બનેલો છે. એક બિંદુ નોખું હોય છે છતાં તે સમુદ્ર સમસ્તનો ભાગ હોય છે. આમ સમુદ્ર એક છે અને અનેક પણ છે- આ જીવનસમુદ્રમાં આપણે સૌ નાના બિંદુએ છીએ. મારા સિદ્ધાંતનો અર્થ એ છે કે મારે જીવન સાથે, એક એક જીવ સાથે એકરૂપ બનવું જોઈએ અને ભગવાન ઘટ ઘટમાં વ્યાપી રહ્યા હોવાના લીધે વરતાતી જીવનની ભવ્યતા મારામાં અનુભવાવી જોઈએ. જીવનમાત્રનો જે સંઘ તેનું નામ ભગવાન. કેટલી સરળ સમજણ આપી છે ગાંધીજીએ.

એ સિવાય પણ ભગવાનના ઘણાં અર્થ છે. ઈશ્વર, પરમેશ્વર, ઐશ્વર્યશાળી પ્રભુ, ઉત્તમ પુરુષ, કૃષ્ણ, ધન સંપત્તિનો માલિક, બ્રહ્મ, રાજા શ્રીમંત માણસ, વેદમાં વપરાયેલું રુદ્રનું એક નામ, શિવ, શંકર, સૂર્ય, ભાગ્યશાળી, સર્વજ્ઞ... કેટલા બધાં અર્થ ! ભગવદગોમંડલની વિશેષતા જ એ છે કે એમાં દરેક શબ્દોની સમજણમાં કેટલું ઉડાણ છે.

નાના અર્થીમાં મજા આવી છે; એક નાનકડો અર્થ છે ઉત્તમ પુરુષ. મને હસવું આવી ગયું. ઉત્તમ પુરુષ જ હોય? ઉત્તમ સ્ત્રી ના હોઈ શકે? ભગવાન સ્ત્રી ના હોઈ શકે? સ્ત્રી તો માતા સ્વરૂપ છે. નાના બાળક માટે તો મા જ એનું વિશ્વ છે, ભગવાન છે. સાચું કહું ને તો રાજા, શ્રીમંત અને સૂર્ય જેવા શબ્દો પણ મને સુસંગત લાગ્યા. સૂર્ય જેવો તેજસ્વી વ્યક્તિ જે સમાજહિતના કાર્યમાં ઓતપ્રોત છે તે ચોક્કસ સમાજ માટે ભગવાન સ્વરૂપ છે. જે કોઈની મદદ કરવા જેટલો સક્ષમ, પ્રેમાળ અને સદભાવી છે તે ખરેખર રાજા છે. અત્યારે તો રાજા રહ્યા નથી પણ રાજા જેવું દરિયાદિલ ધરાવનાર શ્રીમંતો સમાજમાં જોઈને એટલા છે જે તેમના દાનપ્રવાહથી સમાજ સશક્ત થાય છે. ભગવાનની પદવી સુધી પહોંચવાનો માર્ગ પ્રેમ, અહિંસા અને કરુણા જ તો છે. સર્વ જીવને પ્રેમ કરીએ તો એમને હાની પહોંચાડવાનો વિચાર આવે નહીં. તે થઈ અહિંસા. અને કોઈ જરૂરિયાતમંદનો હાથ પકડીએ તો એ થઈ કરુણા. આ ત્રણ વસ્તુ જીવનમાં ઉતારીએ તો કેટલું સરળ છે ભગવાન બનવાનું. તો પછી અઘરું શું છે? અઘરું તો છે પ્રેમ, અહિંસા અને કરુણાનો માર્ગ અપનાવવાનું.

હવે આટલું જાણ્યા પછી એવો પ્રશ્ન રહેતો નથી કે ભગવાન શબ્દ ક્યાંથી આવ્યો? ભગવાન આપણા હૃદયમાં જ વસેલો છે. આપણું હૃદય જ ભગવાનનું નિવાસસ્થાન છે. આપણા જન્મની સાથે જ ચેતના સ્વરૂપે આપણી સાથે આવે છે અને મૃત્યુ થાય ત્યારે આપણી સાથે જ ચાલ્યો જાય છે. આપણો આત્મા. આપણી ચેતના ભગવાનનો બ્રહ્મનો અંશ છે. ચેતના ચાલી જતાં અંશ એ અંશ ના રહેતા સમસ્તમાં ભળી જાય છે.

11
બીજનો ચાંદ

બેસતા મહિનાના બીજા દિવસે આવતી સુદ બીજના ચંદ્રદર્શનનો મને ભારે ઉમળકો છે. આજે ભાઈબીજ છે. કોઈક વાર મોડું મોડું યાદ આવે એટલે થાય કે, આજના દર્શન નહીં થાય. પણ દોડતી દોડતી બહાર આવું અને આકાશમાં આમતેમ નજર ફેરવું તો ચાંદભાઈ દેખાઈ જાય. ઉનાળાના દિવસોમાં લાંબા દિવસનો લાભ મળી જાય અને મન તો ફુલીને ફાળકો થઈ જાય. આવું કેમ થતું હશે ? કારણ કે આ બીજનો ચાંદ માન બહુ માંગે. સવારના ગોખી રાખ્યું હોય કે આજે તો બીજ છે એટલે સાંજે દર્શન યાદ રાખીને કરવા. પણ ઘણું ખરું સાંજે ભુલાઈ જાય અને જ્યારે ભુલાઈ જાય ત્યારે ચાંદભાઈએ અવશ્ય દર્શન આપી જ દીધાં હોય. અને કોઈક વાર સાંજે યાદ આવી જાય કે આજે તો બીજ છે એટલે કશું કામ કર્યા વગર આંગળી ક્રોસ કરીને ફર્યા કરું કે, હમણાં ચાંદ દેખાશે. એ દિવસે ચાંદભાઈ ગુમ હોય. એ દિવસે હાથતાળી આપીને ક્યાંક વાદળોમાં છૂપાઈ ગયા હોય.

સુદ બીજના ચંદ્ર માટે જૂદા જુદા સમયે જૂદા જૂદા લોકો પાસેથી જુદ જુદ સાંભળવા મળ્યું છે. નાની હતી ત્યારે નવો મહિનો શરૂ થાય એના બીજા દિવસે વડીલો દર્શન કરાવતા પણ ત્યારે તો ક્યારેય વિચારેલુ નહીં કે કેમ કરાવે છે ? થોડી મોટી થઈ એટલે ખબર પડી કે, બીજનું દર્શન શુભ છે.

વર્ષો પછી મોટી ઉંમરે ધાર્મિક ભણવાનું (જૈન) ચાલુ કર્યું ત્યારે ભણી કે બીજ દર્શન તિથિ કહેવાય છે કારણ કે, બીજાના દિવસે ચંદ્ર સિદ્ધશીલા પર હોય છે. જ્યાં 24 તીર્થંકરો વાસ કરે છે. પછી એવું પણ જાણ્યું કે, બીજનો ચાંદ ભગવાન શીવે તેમના મસ્તક પર ધારણ કરેલો હોય છે એટલે પણ બીજદર્શન શુભ મનાયું છે. ઈસ્લામ ધર્મમાં પણ સૌથી પવિત્ર દિવસ રમજાન ઈદ બીજના દિવસે જ આવે છે. પણ મુખ્ય કારણ તો અમાસ પછી પહેલવહેલુ ચંદ્રદર્શન સામાન્ય રીતે બીજના દિવસે થતું હોય છે. સાહિત્યમાં ય સુદ બીજનું મહત્વ ઓછું નથી. સાર્થ જોડણીકોશમાં 'બીજનો ચંદ્રમાં'નો અર્થ મંગળ શુકન અને ચડતીનું પ્રથમ પદ એવો થાય છે. ઘણાં કવિઓએ સુંદર કાવ્યો રચ્યા છે. એમાં મને કવિ રાજેન્દ્ર શાહની પંક્તિઓ ખૂબ ગમે છે:

તમે જોઈ જોઈ તો ય તું અજાણી, (જાણે) બીજને ઝરુખડે,
ઝૂકી'ની પૂર્ણિમા, ઋઝેરો ઘુમટો તાણી...

જાણે નવવધુએ એવો ઘુમટો તાણ્યો છે કે, પુનમના ચંદ્ર જેવું મોઢું બીજના ચાંદ જેવું દેખાય છે. કેટલી સુંદર કલ્પના! ચહેરાની હડપચીનો આકાર બીજના ચંદ્રની યાદ અપાવી દે છે. આ સિવાય પણ મેં એટલી રસપ્રદ વાતો જાણી છે ને કે, બીજના ચાંદ સાથે મમત બંધાઈ ગયું છે. એના દર્શન થાય એટલે મન તો એવું હિલોળે ચડે છે કે જાણે રત્નોની પોટલી મળી ગઈ હોય. કોઈક કહે કે બીજનો ચંદ્ર શેર બજારની રુખ બતાવે છે માટે શેર બજારના વેપારીઓ નફા-નુકશાન માટે ખાસ જુએ છે. ચાંદ જમણી બાજુ ઢળેલો હોય તો તેજી અને ડાબી બાજુએ ઢળેલો હોય તો મંદી. વળી બીજા કોઈ મિત્રે કહ્યું બીજનો ચંદ્ર જોઈને અતિપ્રિય વ્યક્તિનું મોઢું જોઈએ એટલે પ્રેમ વધે. એટલે એ પોતે તો જો પ્રિય વ્યક્તિ આજુબાજુ ના હોય તો આંખો બંધ જ રાખે. પ્રિય વ્યક્તિ સામે આવે ત્યારે જ આંખ ખોલે. મારું તો હસવું રોકાય નહીં, કારણ કે પ્રિય વ્યક્તિ જોડે ને જોડે તો હોય નહીં અને જે જોડે ને જોડે હોય તે પ્રિય હોય નહીં તો શું કરવાનું ?

મેં બે વાર સાગરતટે બીજના ચંદ્રનું દર્શન કર્યું છે. થોડા વર્ષો પહેલા ગોવા ગયા હતા. ભાઈબીજના દિવસે સવારે નીકળ્યા એટલે છેક સાંજે ગોવાની હોટલ પર પહોંચ્યા. ફ્રેશ થઈને બીચ પર આવીને ખુરશી પર બેઠી તો સામે જ બીજનો ચંદ્ર મારી સામે હસી રહ્યો હતો. અરે વાહ! આતો કેવું સાનંદાશ્ચર્ય ! મન ખુશીથી ભરાઈ ગયું. થાક ઉતરી ગયો. મંદ મંદ વાતી દરિયાની લહેર અને દૂર દેખાતી ક્ષિતિજ પાસે શોભતો બીજનો ચંદ્ર, પરમ શાંતિનો અનુભવ કરતી હું ઈશ્વરના અદ્ભુત દરબારને માણી રહી.

બીજો અનુભવ મને એમ્બે વેલી જતા થયેલો. આમ તો હું ઓછું બહાર નીકળું છું પણ જ્યારે જવાનું થાય ત્યારે દિવાળી હોય એટલે બે વાર લાભ મળી ગયો. અમે પૂના પાસે આવેલા એમ્બે વેલી રીસોર્ટ જતા હતા ત્યારે મુંબઈ રોકાયેલા. બાળપણ મુંબઈમાં વીત્યું હોવાથી મુંબઈના દરિયા કિનારાનું મને ભારે આકર્ષણ છે. સાંજ પડી એટલે જુહુ ચોપાટી જવાની મેં ઇચ્છ કરી. હોટલ જુહુમાં જ હતી. એટલે ગયા. ત્યાં પહોંચીને મન તો મારું સાવ તળિયે બેસી ગયું. 40 વર્ષમાં ચિત્ર સાવ બદલાઈ ગયું હતું. અમે નાના હતાં ત્યારે માળાનાં નાનામોટા બધા બાળકો ભેગા થઈને ચોપાટી આવતાં. રેતીનાં ઘર બનાવતાં, દરિયાના મોજાંથી પગ ભીના થાય એટલા કિનારે જઈને એકબીજાનો હાથ પકડીને દોડતાં. બીજ હોય કે પૂનમ કોને વિચારવાનો પણ સમય હતો? પણ આજે તો ગરીબ લાગતા માણસોનો ત્યાં મેળાવડો હતો. જીવન જરૂરિયાતોનો અભાવ તેમના મોઢા પર વંચાતો હતો. પણ દુઃખી લાગતા નહોતા. બધા પોતાના સ્વજનો સાથે વાતાવરણની મોકળાશ માણી રહ્યા હતા અને તેમની વાતોમાં મગ્ન હતા. સીંગચણાના ખૂમચાવાળા અને મકાઈની લારીઓની ચહલપહલ હતી.

બધા એક જ ભગવાનના સંતાનો છે પણ નિયતિ અલગ છે એમ વિચારી રહી હતી ત્યારે અચાનક જ દરિયા ઉપર પ્રકાશી રહેલા બીજના ચંદ્ર પર પડી. તળિયે જતું રહેલું મન પાછું સ્પ્રીંગની જેમ

આનંદથી ઉછળી પડ્યું. આજે તો ભાઈબીજ હતી ! ચાંદ કઈ બાજુ ઢળેલો છે એ જોવાનો પ્રયત્ન હું કરતી નથી. કારણ કે મારે શેરોની લે-વેચ કરવાની નથી. અત્યંત પ્રિય વ્યક્તિનો વિચાર પણ કરતી નથી. કારણ કે વિચારવા બેસું તો ભીડ થઈ જાય છે અને વળી જરૂર જ શું છે? પહેલા ભગવાન અને બીજી એમણે સર્જેલી દુનિયા. આપણે જ અત્ર, તત્ર, સર્વત્ર પ્રેમ વરસાવીને વરસી પડીએ તો કેટલું સુંદર ! ચારે બાજુ રેલમછેલ... પ્રેમની... ખુશીઓની...

12

ખળ... ખળ... ખળ...

અમેરિકા જાઓ અને નાયગ્રાફૉલ્સ જોવા ના જાઓ તો ના ચાલે; એટલા પ્રખ્યાત છે. એક તો દુનિયાની અનેક અજાયબીઓમાંનું એક છે વળી એનું નૈસર્ગિક સૌન્દર્ય અને પાછું બે ઈન્ટરનેશનલ બૉર્ડરોનું જોડાણ; એ પણ એક પુલ થકી જ! બે વર્ષ પહેલા અમેરિકા ગઈ ત્યારે વંદનાબેન સાથે બે દિવસ ગયેલી. આ સ્થળ કેવળ પીકનીક સ્પોટ જ છે. ફૉલ્સની ફરતો ચાલવાનો રસ્તો, ફૉલ્સ પડે છે ત્યાં ખાસ્સી મોટી જગ્યા છે અને એને અડીને મુખ્ય રસ્તો અને પછી હોટલોની ગલીઓ છે. ગમે તે હોટલમાં ઉતર્યા હોઈએ ત્યાંથી ચાલતા જઈ શકાય. અને જેવો રસ્તો ઓળંગીએ એટલે કર્ણમધુર ધ્વનિ કાનમાં ગુંજવા માંડે ખળ... ખળ... ખળ... નદીના નીર નીચે પથરાયેલા ખડકો પરથી એક જ સરખા લયમાં ધોધ તરફ ગતિ કરી રહ્યા હોય ખળ... ખળ... ખળ...

અમે બપોર પછી ત્યાં પહોંચ્યા હોઈશું. હોટલ પર જઈ રૂમમાં ફ્રેશ થઈ ફૉલ્સ જોવા જવા માટે નીકળ્યા. જેવા રસ્તો ઓળંગીને સામે ગયા એટલે ચિરપરિચિત ધ્વનિનું ગુંજન શરુ થઈ ગયું ખળ... ખળ... ખળ... ત્યાંથી ચાલીને ફૉલ્સ સુધી પહોંચીયે એટલે કુદરતનો કરિશ્મા ગણો કે કુદરતની કરામત પણ જાણે જોયા જ કરો. અફાટ જળરાશી અને તેમાંથી ઉત્પન્ન થતી મધુર સ્વરાગીની મનને તરબતર કરી દે છે. ખાસ્સો સમય પસાર કરીને કુદરતી સૌન્દર્ય માણીને પાછા હોટલ

ઉપર આવ્યા. રાતના સમયે પાછું આવવું હતું. હોટલમાં આવીએ બધું ય વિસરાઈ જાય. સંસારના વળગણો ઘેરી વળે. પાછું શું ખાવું એની રામાયણ! ફરીથી રાત્રે ફોલ્સમાં થતી રોશની માણવાની મજા તો લેવાની જ હતી. રાત્રે ત્યાં પહોંચ્યા અને જેવો રસ્તો ક્રોસ કર્યો એટલે ખળ... ખળ... ખળ... સંભળાવાનું શરુ થઈ ગયું. મને વિચાર આવ્યો કે કેટલાય વહીવટો કરીને આવી પણ અહીં તો એ જ ગતિ છે. ફોલ્સનું સૌંદર્ય સોળે કળાએ ખીલેલું હતું. પાણી પડતું હતું ત્યાં સુંદર કલરો બદલાતા જતાં હતાં અને મેઘધનુષો રચતાં જતાં હતાં. અદ્દભુત વાતાવરણ અને ચારે બાજુ રોશનીની ભવ્યતા માણીને હોટલ ઉપર ગયા. એટલે પાછ વાસ્તવિકતાઓ વળગી પડી. હું તો પડતાંની સાથે જ ઊંઘી ગઈ. બીજે દિવસે સવારે વંદનાબેને વહેલી ઉઠાડી દીધી. એમને બિચારાને થાય કે હું કશામાં રહી ના જવી જોઈએ પણ હું તો સાવ સુસ્ત! ત્યાં ફોલની સહેલ કરવા માટેની રાઈડ વહેલી શરુ થતી હતી. એમા ના જઈએ તો પાછ વળવાની ફ્લાઈટનું ઠેકાણું ના પડે. જલદી તૈયાર થઈને પહોંચ્યા તો પગ થંભી ગયા. સાત સમંદરની પ્રદક્ષિણા કરી આવેલું મારું મન (ભારતના મારા હૈયાના જોડાણો કહો કે વળગણો-બધા સાથે વાત તો કરવી જ પડેને?) અહીંની સ્થિતપ્રજ્ઞતા પર વારી ગયું. એજ લયબધ્ધ ગતિ ખળ... ખળ... ખળ... જતાની સાથે બર્ડ કિંગડમ જોવા જેવું હતું. એક બાજુ અફાટ જળરાશી અને બીજી બાજુ કુદરતી નજાકતતાના પ્રતીક સમા સુંદર પક્ષીઓ અને અતિ કોમળ રંગબેરંગી ઊડતા પતંગિયાનું સૌંદર્ય માણીને પછી તો જોકે મેઈડ ઓફ મિસ્ટમાં બસ્સો ફૂટ ઉપરની ઊંચાઈ પર જઈને ધોધમાં ભીના રહેવાનો પણ એક લહાવો છે. મેઈડ ઓફ મિસ્ટ એવી તો સરસ ફેરી છે જેમાંથી કેટલા ફોર્સથી પાણી પડે છે અને એમાંથી એટલા જ ફોર્સથી ઉત્પન્ન થતાં ફીણ વાતાવરણને ધુમ્મસનો આભાસ કરાવે છે. બેકાબુ પાણીનો પ્રવાહ કેટલો વિનાશ નોતરે છે પણ નિયંત્રણમાં લીઘેલું પાણી કેટલી સુંદરતા આપે છે તેનું વર્ણન શક્ય નથી. એલીવેટરમાં ઉપર જતા પીળા રેઇનકોટ અને સ્લીપર અને નીચે જતા વાદળી રેઇનકોટ અને સ્લીપર હજી મનમાં છપાઈ ગયા છે. રાઈડ લઈને અમે બહાર આવ્યા ત્યારે જમવાનો સમય થઈ ગયો હતો. ત્યાં બહાર નીકળ્યા ત્યારે મેં નોંધ્યું કે બધી જ રેસ્ટોરન્ટસ પંજાબીઓની હતી અને આપણા

જ પીક્ચરોના ગીતો વાગતા હતા. એવું લાગે કે જાણે ભારતમાં જ છીએ. અમે પણ છોલે-પુરીનો આનંદ લઈને તરત પાછા આવવા નીકળી ગયા હતા.

આજે પણ એ લયબધ્ધ પાણીનો અવાજ કાનમાં ગુંજ્યાં કરે છે. આપણું જીવન પણ એવું છે. આપણી અંદર આપણે જન્મીએ ત્યારથી જ જીવનપ્રવાહ અવિરતપણે તેના અંતિમપડાવ પર પહોંચવા એક ધારી ગતિથી વહી રહ્યો છે. ખળ... ખળ... ખળ! પણ આપણને સંભળાતો નથી. આપણે બહારની દુનિયાના સુખો પાછળ દોટ મૂકી છે અને આત્માથી દૂર જતા રહ્યા છીએ. સમય ખતમ થતો જાય છે. આપણે દોડ્યા કરીએ છીએ પણ ક્યાંય નિરાંત અનુભવતા નથી. તો આવો આપણે પણ થોડા ધીમાં પડીએ, આપણી અંદર નિરંતર ખળ ખળ વહેતી ઈશ્વરકૃપાને સાંભળીએ. આપણી તૃષા જરૂર છીપશે અને પરમ આનંદ મળશે.

13
ચાંદલો

થોડા દિવસો પહેલા એક બહેનને મળવાનું થયેલું. હું જ્યાં ગઈ ત્યાં એ આવેલી હતી. યુવાન હતી, ઉંમર હશે આશરે 26 થી 28 વર્ષની આસપાસ. ગળામાં મંગળસૂત્ર હતું, કપાળ પર ચાંદલો અને સેંથામાં સિંદૂર. તે પરણેલી હશે એ વાતની સાક્ષી પૂરતા હતા. કુંવારી નિદોષ હરણી જેવી બાલિકા સોળ શણગાર સજીને લગ્નમંડપમાં પતિ સાથે સાત ફેરાં ફરે પછી એનો શણગાર બદલાઈ જાય. સાડી, હાથમાં બંગડી, કપાળમાં ચાંદલો એની પ્રતિભા બદલી નાખે. વાતવાતમાં એણે કહ્યું કે, લગ્ન બાદ બે જ વર્ષમાં એક અકસ્માતમાં એના પતિનું મૃત્યુ થયું હતું અને એ બચી ગઈ હતી. છ મહિના પથારીમાં રહ્યાં બાદ હવે આત્મનિર્ભર બનવું આવશ્યક હતું. જ્યાં જાય ત્યાં કોઈને ખ્યાલ આવે નહીં કે તેનો પતિ નથી. માટે તેણે શણગારનો ત્યાગ કર્યો નહોતો. મારું મન કરુણતાથી ભરાઈ ગયું. શાસ્ત્રોમાં લગ્નપ્રસંગે જે સોળ શણગારનું મહત્વ આંક્યું છે તે જ સોળ શણગારનો પતિનું મૃત્યુ થાય ત્યાગ કરવાનો છે, આ કરુણતા તો છે પણ વિધવા સ્ત્રીને જોઈને પુરુષની નજર ને વર્તન બદલાઈ જાય, એ એનાથી પણ મોટી કરુણતા.

મને મારો પ્રિય મોટો ગોળ ચાંદલો યાદ આવી ગયો. અત્યારે સમય સાવ બદલાઈ ગયો છે, કોઈ પણ સ્ત્રી પતિના મૃત્યુ પછી ચાંદલો ભૂસતી નથી. મારા પતિનું વર્ષો પહેલાં (15) અવસાન થયું ત્યારે

મારી ઉંમર પચાસ વર્ષની હતી. સમય તો આ જ હતો પણ મન ભાંગી પડ્યું, દિશાશૂન્ય બની ગયું. અસ્તિત્વની જડમાં રોપાયેલા સંસ્કાર, દાદીમાની વાતો, પૌરાણિક કથાઓનો ભૂતકાળ અને અત્યારનું ભણતર અને વર્તમાન સમયના વાતાવરણ વચ્ચે સંઘર્ષ થવા માંડ્યો. જે વર્ષોથી મનમાં ધરબાયેલું પડ્યું હતું તે અચાનક મનની સપાટી પર આવી ગયું અને મન થોડાં વર્ષો પાછળ જતું રહ્યું. ડગલેને પગલે અવઢવ થયા કરે. શું કરું કે શું ના કરું? મન dos and don'tsમાં અટવાઈ ગયું. ચાંદલાનો મને ભારે શોખ! મોટો ગોળ ચાંદલો, લંબગોળ ચાંદલો, લાંબો, નાનો, કાળો, મરૂન એમ જાતજાતના ચાંદલા હું કરતી. મારા પતિને પણ મારું ચાંદલા વગરનું મ્હો જરા પણ ના ગમે. કોઈક વાર રઘવાટમાં ચાંદલો કરવાનું ભૂલી ગઈ હોઉં તો જરાય ચલાવે નહીં. તરત જ ટોકે "પહેલાં ઊભી થા અને ચાંદલો કર." એના અવસાન પછી શરુઆતમાં નાનો ચાંદલો કરતી. જેમ જેમ સમય સરતો ગયો તેમ તેમ એકલતા કોઠે પડતી ગઈ, સ્વસ્થતા પ્રાપ્ત થતી ગઈ. પછી તો થયું જે મન કહે તે કરવાનું એજ મારી પ્રતિભા! એજ અસ્તિત્વની જડ! એ જ સંસ્કાર! અને એજ ધર્મ! એક નાનકડો પ્રસંગ યાદ આવે છે. મુસલમાન ધર્મમાં ચાંદલાનો નિષેધ છે. 2005માં મલેશીયા ફરવા જવા માટે લેવા પડતા વીસાના કાગળ ઉપર ફોટો ચોંટાડવા માટે ફોટો પડાવવા ગઈ હતી. પેલો ફોટોગ્રાફર ભાઈ મને કહે વીસાના કાગળ ઉપર ચાંદલા વગરનો ફોટો જોઈશે. મેં કહ્યું, એવો તો કંઈ નિયમ હોતો હશે? ચાંદલા સાથે પાડવો હોય તો પાડો. એ અધૂરા જ્ઞાનવાળો હોય એમ લાગ્યું. મને કહે ત્યાં કોઈ રોકે તો મારી જવાબદારી નહીં. અને ખરેખર જ કોઈએ પૂછ્યું નહોતું. પણ ત્યારથી મને ચાંદલા પર પહેલા જેટલો જ પ્રેમ વધતો ગયો છે અને કપાળ ઉપર એની સાઈઝ પણ. અત્યારે હું પહેલા જેવો જ મોટો ચાંદલો કરું છું. આ કોઈ સંસ્કાર, સંસ્કૃતિ કે પછી શ્રૃંગારની વાત નથી. અસ્તિત્વના આવિષ્કારની વાત છે. વ્યક્તિના વ્યક્તિત્વની વાત છે. અત્યારના સમયમાં ચાંદલો જરાય જરૂરી નથી. ચાંદલાથી ઓળખાતો વિધવા સધવાનો તફાવત આજની પેઢીની જાણમાં નથી. છતાંય મનનાં ઉડાણમાં ઊતરી ગયેલો ગોળમટોળ મોટો ચાંદલો મારી પ્રતિભાની આગવી ઓળખ છે.

14
મેરે મિયાં કી પટ્ટી

આજે આઈ.સી.સી.યુ.માં ચોથો દિવસ હતો. મગજ શૂન્ય થઈ ગયું હતું. મારી આનંદ અને ઉલ્લાસમા એક સરખી ગતિમાં ચાલી રહેલી જીવનગાડીને અચાનક એવી જબરદસ્ત બ્રેક વાગી હતી કે, હું પાટા પરથી ફંગોળાઈ ગઈ હતી. માની શકાય નહીં એવી વાત બની ગઈ. મારા પતિ પિનાકીનને હાર્ટ એટેક આવી ગયો હતો. એ સમયે એની ઉંમર ચાલીસ વર્ષની અને હું પાંત્રીસની. જીવનની કડવી વાસ્તવિકતાઓથી તદ્દન અજાણ હતી. એને સવારથી ચેન પડતું નહોતું. એ ડૉક્ટર પાસે પણ જઈ આવ્યો હતો. પણ ગભરામણ જેવું લાગતા એણે મને ફરિયાદ કરી અને બોલતા બોલતા જ બેભાન થઈ ગયો અને મોઢામાંથી ફીણ નીકળી ગયું. હું તો એક ધબકારો ચૂકી ગઈ. શહેરમાં ત્રણ માળનું અમારું ઘર. વચલો માળ સસરા વાપરે અને ઉપરનો માળ અમે. પણ અમે તો ઘણું ખરું નીચે જ હોઈએ. બાળકો સ્કૂલે ગયા હતા. અમે નીચે જ હતા. મેં શું થાય છે કરીને ધાંટો પાડ્યો. ગભરાટમાં અવાજ એટલો ઊંચો થઈ ગયો કે સામેના ઘરમાંથી ચંદાબા અને ઉપરથી મારા સસરા દોડી આવ્યા. શું થયું? એ જ મિનિટે એ પાછો ભાનમાં આવી ગયો. મેં નેપકીનથી એનું મોઢું લૂછી નાખ્યું. અમે તરત ફૅમિલી ડૉક્ટરને બોલાવ્યા. એમણે કહ્યુ હાર્ટના ડૉક્ટરને બોલાવવા પડશે. એ સમયે હ્રદયરોગના નિષ્ણાંત તરીકે ડૉ. સૂર્યપ્રસાદ મહેતાનું નામ હતું. તરત જ એમને બોલાવવામા આવ્યા. એમણે કાર્ડિયોગ્રામ

લીધો અને કહ્યું મેસીવ એટેક છે. તાત્કાલીક હોસ્પિટલમાં દાખલ કરવા પડશે. મને આંખે અંધારા આવી ગયા. આ હું શું સાંભળું છું. પણ બીજી જ ક્ષણે હું સ્વસ્થ થઈ ગઈ. વાસ્તવિકતાનો સ્વીકાર એ મારી પહેલી ફરજ હતી. પલકવારમાં જાણે એમ્બ્યુલન્સ આવી ગઈ. એ સમયે અમદાવાદમાં ફક્ત વી.એસ. હોસ્પિટલમાં જ આઈ.સી.સી.યુ. (ઈન્ટેન્સિવ કાર્ડિયાક કેર યુનિટ) હતું. એને તાત્કાલિક વી.એસ. હોસ્પિટલમાં ખસેડવામાં આવ્યો. બધાના હોશકોશ ઉડી ગયા. સસરા તો ભાંગી જ પડ્યા. તરત સારવાર ચાલુ કરવામાં આવી. પણ કાર્ડિયોગ્રામમાં જોઈએ એવો સુધારો ન હતો.

ડૉક્ટરને પણ ચિંતા હતી. હું સવારે વહેલી ઊઠીને થોડીવાર ઘેર જઈ આવતી. દીકરી દસ વર્ષની અને દીકરો આઠ વર્ષનો એટલે ઘેર જઈ એમને ઉઠાડું, શાળાએ જવા માટે તૈયાર કરું. એમનો નાસ્તો, પતિ માટે લઈ જવાની વસ્તુઓ, સસરા માટે ત્રણ પાતળી રોટલી ઉતારીને પાછી હોસ્પિટલ આવી જતી. ઘરમાં વર્ષો જૂની બાઈ અને પૂરતો સ્ટાફ હતો એટલે બાળકો અને સસરાની ચિંતા નહોતી પણ ઘરનાં ઘણાં ખરાં મુખ્ય કામો મારા હાથે જ થતાં. બાળકોને હું જ ભણાવતી અને મારા જ હોવા છતાં સસરાને ગરમ રોટલી હું જ ઉતારી આપતી. સવારે ઘેર જાઉં એટલે દીકરો એક જ પ્રશ્ન પૂછે, મમ્મી ઘેર ક્યારે આવીશ?મારા વેરવિખેર થઈ ગયેલા જીવનને બેય સંતાનો થકી પાલવમાં સમેટી લેતી. દીકરી થોડું સમજતી હતી. ભગવાનમાં મને અતુટ શ્રધ્ધા હતી. આમ તો હું હંમેશાં હસતી જ રહેતી. મારા ઘરના અને બહારના કોઈને પણ કંઈ કામ પડે તો હોંશે હોંશે અને પાછી તરત જ કરી આપતી અને એ લોકો ખુશ થાય એટલે મારું વદન સોળે કલાએ ખીલી ઉઠેલા ચાંદની જેમ ચમકી ઉઠતું.

સવારે ઘેરથી આવ્યા પછી મારા વર પાસેથી એક ક્ષણ પણ ખસતી નહીં. પલંગ પાસે ગોઠવેલા સ્ટૂલ પર બેસીને મોનિટરમાંથી સતત પસાર થતા કાર્ડિયોગ્રામને તાકી રહેતી. એ કેમ સુધરતો નહીં હોય? મારું મન સતત એ પ્રશ્નનો જવાબ મેળવવા મથતું. આજે બપોરે ટાંકણી પડે તો પણ અવાજ આવે એવા શાંત વાતાવરણમાં બહાર કોલાહલ

સંભળાયો. એ સાંભળીને કૂતુહલવશ હું બહાર આવી. એક મુસલમાન પેશન્ટને લાવવામાં આવ્યા હતા. આસ્ટોડિયાના છીપાવાડમાં કોઈને હાર્ટની તકલીફ થઈ હતી. એમની સાથે ચાર છીપાઓ જબરજસ્તી કરીને અંદર આવી ગયા હતા, એમની સાથે એક પચાસ વર્ષની આસપાસ ઉંમરના બેઠી દડીના એક બહેન હતા જે હૈયાફાટ રુદન કરી રહ્યા હતા. એ બધા જ એટલા મેલાઘેલા અને લઘરવઘર હતા કે ભણેલા હોય એમ માનવું મુશ્કેલ હતું. બહેને ઊડી ગયેલા જાંબલી રંગનો કુર્તી પહેરેલો હતો અને સલવાર અને દુપટ્ટો સર્ફમાં બોળો તોય ધોળા ના થાય એવા કાળા પડી ગયા હતા. મેંદી કરેલા વાળ અને સતત પાન ખાતા હશે એની પ્રતિતી કરાવતું મોઢું એમની વિશિષ્ટ ઓળખ આપતું હતું.

વોર્ડનો સ્ટાફ એમને બહાર કાઢતો હતો અને એ લોકો આ બહેન એકલા ના રહી શકે એવી દલીલ કરતા હતા. એવામાં ડૉક્ટર આવ્યા અને કડકાઈથી કહ્યું, બહાર બેસી જાઓ અહીંયાં નહીં એટલે નહીં જ અને પેલા બહેન તરફ ફરીને ઘાંટો પાડ્યો. એક જ મિનિટમાં રડવાનું બંધ કરો. બીજા દર્દીઓને ખલેલ પડે છે. એ બહેન ગભરાટના માર્યા તરત જ રડતા બંધ થઈ ગયા અને પેલા લોકો બહાર ચાલી ગયા. એ સમયનું અમદાવાદનું એક માત્ર આઈ.સી.સી.યુ. જબરદસ્ત મોટા રૂમમાં ગોળાકારમાં દસ ખાટલાઓનું હતું. પરદાથી જ વિભાજન પાડેલા હતા. ત્રણ ખાટલા બીજા મુકો એટલે સંપૂર્ણ ગોળ બની જાય એટલું કાચનું પ્રવેશદ્વાર હતું. વચ્ચોવચ નર્સીંગ સ્ટેશન હતું. દસે ય ખાટલાઓના એક એક મોનિટર ત્યાં પણ ગોઠવેલા હતા. મારા ખ્યાલ પ્રમાણે ચાર પાંચ નર્સી મોનિટરોનું નિરીક્ષણ કરતી. જો કોઈના પણ કાર્ડિયોગ્રામમાં ફેરફાર થાય તો તરત ડૉક્ટરને બોલાવતી. નવા આવેલા પેશન્ટના સગાઓનો મામલો થાળે પડ્યો એટલે હું પેલા બહેન પાસે ગઈ. એ બહેન ગભરાયેલા હતાં. મને જોઈને પાછાં રડું રડું થવા માંડ્યા. મેં એમને શાંત રહેવાનો ઈશારો કરીને પૂછ્યું, શું થયું છે?

એ બહેન હિંદીમાં બોલતા હતા એનો સાર આ પ્રમાણે હતો. એમના પતિને ગઈકાલનું ઠીક લાગતું નહોતું. રાત્રે ઊંઘ પણ આવી નહોતી.

સવારે ઊઠીને ચા પીધી અને ગભરામણ થવા માંડી. થોડીવારમાં જ ઉલટી થઈ ગઈ. એમના દીકરાઓ ડૉક્ટરને બોલાવી લાવ્યા. એમણે બ્લડ પ્રેશર માપ્યું તો ઘણું વધારે હતું. એમણે સુચના આપી કે વી. એસ. હોસ્પિટલ લઈ જાઓ હાર્ટનું હશે તો સારવાર થઈ જશે. એટલે એમને અહીં લઈ આવ્યા અને બહાર (ઓ.પી.ડી.) ડૉક્ટરે પટ્ટી (કાર્ડિયોગ્રામ) કાઢી અને કહ્યું દાખલ કરવા પડશે. અમે તો બહુ ગભરાઈ ગયા છીએ. એટેક આવે એટલે માણસ ઉપર જ પહોંચી જાય ને? એ બહેન ફરીથી રડવા માંડ્યા. મેં એમના બરડે હાથ ફેરવીને શાંત પાડ્યાં. મેં પણ એમને હિંદીમાં જ સમજાવ્યું, તમે ચિંતા ના કરો, તમારા પતિને કંઈ જ નહીં થાય. અત્યારે દરેક રોગમાં એટલી બધી દવાઓ શોધાઈ ગઈ છે કે હવે પહેલા જેવું રહ્યું નથી. તમે ખાવામાં અને દવા લેવામાં ડૉક્ટરની સૂચનાનું બરાબર પાલન કરશો તો જરાય વાંધો નહીં આવે. મારી વાત સાંભળીને એમને એટલી બધી રાહત થઈ ગઈ કે એમણે મારો હાથ પકડી લીધો, સાચે એમને કંઈ નહીં થાય ? મેં એમના હાથ પર મારો બીજો હાથ પૂરી શ્રધ્ધાથી મૂકી દીધો અને કહ્યું, સાચે જ કંઈ નહીં થાય. હું તો જાણે કોઈ ભવિષ્યવેત્તા હોઉં એટલી રાહત અનુભવીને અંદર ચાલી ગયા.

બીજા દિવસે સવારે રાબેતા મુજબ હું ઘેરથી આવી અને કાર્ડિયોગ્રામ લેવા આવ્યા. મારો એક નંબરનો બેડ (ખાટલો) હતો અને પેલા બહેનનો બે નંબરનો. અહીંથી નીકળી એ લોકો બાજુમાં ગયા. જ્યારે કાર્ડિયોગ્રામ કાઢે ત્યારે હું ક્યારેય પૂછું નહીં કે કેવો છે હંમેશાં ડૉક્ટરની જ રાહ જોઉં. એ લોકો ક્યાંક ઉંધું-ચત્તું કહી દે તો એમ વિચારતી. પણ પેલા બહેને તો તરત પૂછી લીધું હશે. હમારે મિયાં કી પટ્ટી કૈસી હૈ? પેલા લોકોએ કહ્યું હશે, અચ્છી હૈ. તો એ બહેન તો એટલા ખુશ થઈ ગયા કે દોડતા દોડતા મારી પાસે આવી ગયા. આપ સચ બોલતે થે; મેરે મિયાં કી પટ્ટી આજ અચ્છી આયી હૈ. આપકે મિયાં કી કૈસી હૈ, અચ્છી આયી હૈ ! મેં સ્મિત આપી ને જવાબ આપ્યો. એ બહેન ખુશ થઈને ચાલી ગયા. કેટલી નિદૉષતા ખરેખર, ઘણીવાર જાણકાર માણસો (મારા જેવા) મનમાં કેટલો ભાર રાખતા હોય છે. જ્યારે ઓછું જાણતા લોકો શ્રધ્ધાના તાંતણે તરી જતા હોય છે. મેં મનોમન પ્રાર્થના કરી લીધી

આ બહેનની શ્રધ્ધા જીવંત રાખજે ભગવાન. બીજા દિવસે પણ એ જ ક્રમ. એટલા જ ખુશ. મેરે મિયાં કી પટ્ટી અચ્છી હૈ આપકે મિયાં કી? અચ્છી મેં એકાક્ષરી જવાબ આપ્યો. ક્ષણ માટે અટકીને મને પૂછે આપ કે સસુર નેતા હૈ? બાહર બહોત લોગ હોતે હૈ. મેં કહું ઐસા કુછ નહીં હૈ. પછી તરત મને કહે ,જો ભી હો આપ બહોત અચ્છી હૈ. કહીને ચાલી ગયા. એમને હું કોણ છું કે મારો મોભો શું છે એની સાથે કોઈ લેવા દેવા નહોતી. એમની દ્રષ્ટિ મારી આત્મીયતાની અનુભૂતિથી આગળ જતી નહોતી. મને એમના દુઃખની સહભાગી ગણીને લાગણીથી હાથ પકડી લેતા અને એમના મનની મુંઝવણ મને કહી દેતા. મારા શબ્દો એમના હ્રદયને શાતા આપનારા બની રહેતા. અમારા બે વચ્ચે ન તો જ્ઞાતિભેદ હતો કે ન તો કોઈ મોભાનો ભેદ! બસ, હતું તો કેવળ સમદુઃખીયાનું જોડાણ, આત્માથી આત્માની ઓળખ!

ત્રીજા દિવસે પણ એ જ રીતે ખુશહાલ ચહેરે આવ્યા, આજ તો હમારે મિયાં કી પટ્ટી બહોત અચ્છી હૈ. અબ ચિંતા જૈસા નહીં હૈ, હમ ઉપર જા રહે હૈ. (સ્પે. રૂમમાં) આપ આ રહી હૈ ના? મેં જવાબ આપ્યો નહીં નહીં હમ નહીં આ રહે, ડૉક્ટરને અભી બોલા નહીં. એમનું મોઢું એકદમ પડી ગયું. ઊંડા વિચારમાં ગરક થઈ ગયા. પછી ધીમેથી મને પૂછે, આપ તો હમ સે પહેલે સે યહાં હો ફિર ભી યહાં હી હો આપકે મિયાં કી પટ્ટીમેં સુધાર નહીં હો રહા? ક્ષણ માટે મારું મોઢું પડી ગયું પણ તરત જ હસીને મેં કીધું કે,નહીં નહીં ઐસી બાત નહીં હૈ, સબ પેશન્ટ કી અલગ અલગ તકલીફ઼ હોતી હૈ. આપ ચિંતા મત કરો. મૈં ભી એક દો દિનમેં આજાઉંગી ઔર આપસે જરૂર મિલુંગી. જેટલા ઉત્સાહથી એ મને કહેવા આવ્યા હતા એટલા ઉત્સાહથી એ જઈ ના શક્યા. એમના ચહેરા પર લીંપાઈ ગયેલી ઉદાસીનતા હું વાંચી શકી. બીજા દિવસે મેં ડૉક્ટર આવ્યા ત્યારે એમના વિશે પૂછી જ લીધું. ડૉક્ટર હસી પડયા, સમ દુઃખિયા છો ને? એ બહેન તારા તો પ્રેમી થઈ ગયા છે. તું જે સમજાવે છે એ વાત તરત એમના ગળે ઉતરી જાય છે. આ લોકો તદ્દન અભણ અને પછાત છે. એ ભાઈનું વજન પણ વધારે છે. એટલે બ્લડ પ્રેશર વધી ગયું હતું અને કાર્ડિયોગ્રામમાં ફેર આવતો હતો. બીજા દિવસથી જ બરાબર આવે છે. મેં એમને ધમકાવ્યા છે ખાવા-પીવાનું ધ્યાન રાખજો અને વજન

ઉતારજો. બાકી ખાસ ચિંતા જેવું નથી. તું એમની બહુ ચિંતા કરીશ નહીં. ડૉ. મહેતા મને બરાબર ઓળખી ગયા હતાં. મને પુત્રી જેવી ગણતા અને મારી નાની ઉંમરમાં આવી પડેલું દુઃખ જોઈને જીવ બાળતા.

ત્રીજા દિવસે મારા જીવનમાં પણ સોનાનો સૂરજ ઉગ્યો. આજે નવ દિવસથી જે કાર્ડિયોગ્રામ સુધરતો નહોતો તે દવાઓના પ્રતાપે કહો કે દુઆઓના પ્રતાપે કહો પણ સુધર્યો હતો અને ડૉક્ટરે સ્પેશિયલ રૂમમાં જવાની રજા આપી હતી. અમે ઉપર ગયા અને હું લીફ્ટમાથી બહાર નીકળીને રૂમ તરફ જતી હતી ત્યારે પેલા બહેન મને સામા મળી ગયા. એ લોકો ઘેર જતા હતા. મને જોઈને એટલા ખુશ થઈ ગયા કે મને વળગી જ પડ્યા. આખિર આપ આ હી ગયે સ્પે. રૂમમેં. મૈં હરરોજ ખૂદાકી બંદગીમેં આપકો યાદ કરતી થી ઓર ખૂદાને આપસે મિલવા હી દીયા. એમને મન આ.સી.સી.યુ.માંથી રૂમમાં જવું વૈતરણી તરી જવા બરાબર હતું. કોઈ અબુધ વ્યક્તિને આપેલી હૈયા ધારણના બદલામાં મળતા પ્રમની કોઈ કિંમત આંકી શકાય નહીં. હજી ય મારા મનમાં કોઈ કોઈ વાર એ વાક્ય પડઘાઈ જાય છે "આપકે મિયાં કી પટ્ટી કૈસી આઈ?"

15
લીલુછમ એકાંત

લીલુછમ એકાંત શબ્દ કેટલો સુંદર છે! લીલુંછમ એટલે વસંત, લીલુંછમ એટલે સૌંદર્યથી ભરપૂર. ભર્યા ભાદરા જીવનને આપણે લીલી વાડી સાથે સરખાવીએ છીએ. મારું પણ જીવન તો લીલુંછમ હતું છતાં આજે ઢળતી ઉંમરે પાછળ ફરીને જોઉં છું ત્યારે ઉત્તર રામાયણનું એક વાક્ય યાદ આવે છે, "તે હિ નો દિવસા ગતાઃ" અર્થાત એ દિવસો તો વહી ગયા છે જેમાં વિવિધતા છે, વૈશ્ચમ્ય (કપરા દિવસો) છે અને પ્રફુલ્લતા પણ છે. આજે આયખાની લીલીસૂકી વટાવીને ધીમી પડી છું પણ સકારાત્મકતા અપનાવીને હૈયું તો લીલુંછમ રાખ્યું છે.

પરણીને સાસરે આવી ત્યારે ઉત્સાહમાં ઉછળતી રહેતી. ભલભલા મારી લાગણીમાં ભીંજાઈ જતા. શરૂઆતમાં તો જવાબદારી બહુ હોય. વડીલોનો સમય સાચવવાનો હોય, વળી છોકરાઓ નાના હોય એટલે તો મોટી જવાબદારી. પતિ પરમેશ્વરની આજ્ઞાનો કોઇ વિકલ્પ હોઈ શકે એવી તો કલ્પના ગણો કે પછી સમજણ એ હતી જ નહીં. છતાં પણ બધું જ સહજ ભાવે જ થતું. અધૂરામાં પૂરું ઓફિસ ઘરમાં હોવાથી અવર-જવર ખાસ્સી રહેતી. આટલા ખીચોખીચ દૈનિક ક્રમમાં પણ મને ખાંચા મળી જતા. એટલી ચપટીક મોકળાશનો પણ હું ભરપૂર ઉપયોગ કરી લેતી. મારું ગમતું વાંચન અને લેખનમાં ગણું તો ફક્ત અમેરિકા રહેતા મારા સ્વજનોને પત્ર લખવો અને બાળકોને નિબંધ લખી આપવો

એટલું જ હતું. મારો પત્ર લખવાનો સમય હતો સવારે 7:30 વાગ્યાનો. હું તો વહેલી જ ઊઠી જતી. બાળકોને શનિ-રવિમાં ઉઠાડવાના ના હોય એટલે સવારમાં જ પત્ર પણ લખાઈ જાય અને છાપું અને ચિત્રલેખા પણ વંચાઈ જાય. સસરા જ્યારે સવારે 8:15 વાગે ચા પીવા ઉતરે ત્યારે તો એમને એવું જ લાગે કે હું એમની જ રાહ જોઉં છું. તે ઉપરાંત જાત જાતની વાનગીઓ શીખવી, બનાવવી ને કેટલાયને મોકલીને ચખાડવી મને ખૂબ ગમતું. એ વખતે youtubeનો જમાનો નહોતો. તરલા દલાલ અને સુશીલા સુબોધના વાનગી વિષયક પુસ્તકોનો જમાનો હતો. કેટલાય પુસ્તકો વસાવ્યા હતાં. સમય તો એટલો ઝડપથી પસાર થતો કે ક્યાં સવાર પડતી અને ક્યાં રાત પડી જતી !

પોળમાંથી સેટેલાઈટ રહેવા આવ્યા ત્યારે વડીલોએ વિદાય લઈ લીધી હતી. સંતાનો મોટા થઈ ગયા હતા. તેમ છતાં જીવન ધોરણમાં ખાસ ફરક પડ્યો નહોતો કારણ કે, ઓફિસની અવરજવર તો હતી જ ઉપરાંત મિત્રોની અવરજવર પણ વધી. સંબંધો વધ્યા. સંતાનોના પ્રસંગો પાર પાડ્યા અને ધોમધખતા મધ્યાનમાંથી સાંજ ક્યાં પડી ગઈ એની પણ ખબર પડી નહીં. જીવનનું કેન્દ્ર બિંદુ જ એક હતું જેના વગર એક ક્ષણ પણ ચાલતું નહોતું એણે જ એકાએક એક વિદાય લઈ લીધી અને મન આઘાતમાં સરી પડ્યું.

હવે શું? ચારે બાજુથી એકલતા ઘેરાઈ ગઈ. સમયના દરિયાનું જોરદાર મોજું આવ્યું અને મનને સપાટ કરી ગયું. જાણે રણદ્વીપ! આવી પડેલા સંજોગોનો સ્વીકાર કરવો એ જ મારો જીવન મંત્ર રહ્યો છે ભલે બહારથી વેરાન ધરતી જેવી લાગું પણ અંદર તો લીલુંછમ સ્નેહભાવનું ઝરણું વહ્યા જ કરે છે. જેના મનમાં સ્વાર્થ નથી એકલતાનું પ્રદર્શન કરવાની પ્રકૃતિ નથી એને વળી એકલતાનો ડર શો? એકલતાને મેં ઈશ્વરે આપેલી એ ક્ષણોને બીજી પ્રવૃત્તિઓથી ભરી દેવાની ભેટ ગણી લીધી. શૂન્યના સરવાળામાં એકડાને ઉમેરી દેવાની હોંશ પ્રેરણાનું પ્રતિક બની ગઈ. ઓફિસમાં સાત ભાઈઓ નિયમિત આવતા હતા. છેલ્લા વર્ષોમાં કામકાજ પણ ઓછું કરી નાખેલું. બધા જ મિત્રો હતા અને નિવૃત હતા. જે હતું તે દીકરાએ સંભાળી લીધું હતું. મેં સાંજે 5:00 વાગ્યાથી સાડા

સાત સુધી મળવાનો સમય નક્કી કર્યો અને બધાએ હા પણ પાડી. મારા વરંડામાં મોટો હિંચકો છે અને બે બાજુ સોફા અને ખુરશીઓ છે બધા જ આવવા માંડ્યા. હું હિંચકા પર બેસું અને બધા ખુરશી અને સોફા પર બેસે. કુદરતના સાનિધ્યમાં અમે જોડાતા ગયા અલગ-મલકની વાતો થતી. નવું નવું જાણવા મળતું. એમાં બધી સિઝનોનો સહવાસ પણ ભળતો. ચોમાસામાં ઓચિંતો વરસાદ જામી પડે તો ફટાફટ ભજિયાં થઈ જાય, શિયાળામાં આદુવાળી ચા, નવરાત્રીમાં ફાફડા જલેબી, દિવાળી પતે અને લાભપાંચમે મળીએ એટલે ગરમાગરમ નાસ્તો. ખૂબ મજા આવતી. કોઈ કારણસર કોઈ વાર ના મળાય તો કોઈને ગમતું નહીં. બપોરના સમયે વાંચન લેખન શરૂ થયું. થોડા વર્ષોમાં ખૂબ વંચાયું અને ખૂબ લખાયું. ગુજરાતી સાહિત્ય પરિષદમાં મહિનાના એક બુધવારે ચાલતી અભિરુચિ સંસ્થામાં જોડાઈ સાક્ષર વિદુષીઓના પરિચયમાં આવી અને જીવન તો પાછું લીલુંછમ થઈ ગયું. શરૂઆતમાં નવું નવું લખવાનું શરૂ કર્યું ત્યારે પછી ઓફિસના સભ્યો સામે પણ વાંચ્યું. બધાનું ખૂબ પ્રોત્સાહન મળતું અને સાર્થક જીવનનો અર્થ વિકસતો ગયો. શરૂઆતના 15 વર્ષના ગાળામાં કેન્સર જેવી માંદગી આવી. મોતિયો ઉતરાવ્યો, બંને પગે ઢાંકણીના ઓપરેશનો થયા અને એમ.એ.ની પદવી પણ મેળવી. શક્ય એટલી ભીનાશથી ભરેલી મારી લાગણીઓને મેં નિસ્વાર્થ ભાવે ફેલાવી.

સમય સરતો ગયો. ઉંમર વધતી ચાલી. એમાં 2019માં કોરોના મહામારીનો સમય આવ્યો અને બધું બટલાઈ ગયું. ઓફિસ બંધ થઈ પછી શરૂ ના થઈ શકી. શરીર નબળું પડતું ચાલ્યું. પહેલા જેવો ઉત્સાહ તો રહ્યો હતો પણ તબિયતના લીધે ઠંડો પડવા માંડ્યો. તેમ છતાં એ નવરાશની પળોમાં મારી દોહિત્રી અનન્યા પાસે ફોનમાં ઝૂમ એપ ડાઉનલોડ કરાવી અને અભિરુચિની બહેનો સાથે ઝૂમ પર મળવા માંડ્યું. બધામાં અંગત રસ લઈને કેવી રીતે જોઈન થવું એ શીખવાડ્યું. મન તો જાણે ખુશીઓથી એવું ભરાઈ ગયું કે વાત ના પૂછો. આજકાલ કરતા અત્યારે 72 વર્ષ થયા, શરીર જોઈએ એવું સાથ આપતું નથી પણ અસ્તાચલ તરફ ગતિ કરી રહેલો મારા જીવનનો સૂર્ય સોનેરી આભા પ્રસરાવી રહ્યો છે ને એકાંતને પ્રકાશમય બનાવી રહ્યો છે.

માટીને ભીંજાવીએ નહીં ત્યાં સુધી ફૂંપળ ફૂટતી નથી. એવી જ ભિનાશ આપણા સંબંધોમાં રાખવી જરૂરી છે. લાલચ અને અપેક્ષા વગરની લાગણીઓની ભીનાશ આજે પણ જળવાઈ રહી છે અને એકાંતને લીલુંછમ બનાવે છે. અર્થપૂર્ણ જીવન જીવવાની મથામણ મને ક્યાં સુધી લઈ જશે એની ખબર નથી પણ મારે અટકવું નથી એટલી ખબર છે. ગત વર્ષોની સ્મૃતિ અને રહ્યાં વર્ષોની સંગત શાંતિથી પસાર કરી શકું એવી પ્રાર્થના સાથે વીરમું છું.

16
થાકોડી નવરાશ

ગુણવંત શાહ પોતાની નવરાશ માટે લખે છે. 'મારી નવરાશ ગાભણી હોય છે.' પણ હું કહું છું મારી અત્યારની નવરાશ થાકોડી છે. કોરોનાનો કેર અત્ર, તત્ર, સર્વત્ર ચાલી રહ્યો છે. લોકો એકાએક નવરા પડી ગયા છે, ઓફિસ જવાનું નથી, શાળામાં જવાનું નથી, મંદિરે જવાનું નથી, કોઈ મિટિંગ નથી, કોઈ સભા નથી, કોઈ પાર્ટી નથી. ક્યાંય જવાનું નથી એટલે કપડાં શું પહેરવા અને પાર્લરમાં જઈને તૈયાર થવાનો પ્રશ્ન નથી. અતિ સંવેદનશીલ તબક્કામાંથી આપણે પસાર થઈ રહ્યા છીએ. ફક્ત આપણે જ નહીં પણ આખું વિશ્વ કોરોનાના ભરડામાં આવી ગયું છે. 23મી માર્ચથી લોકડાઉન શરૂ થયું પછી લંબાતું જ ગયું છે. કેટલાય લોકો આ મહામારીમાં સપડાઈ ગયા છે અને હજી એ ક્રમ ચાલુ જ છે. મૃત્યુ પામેલાનો આંક તો અરેરાટી ઉપજાવી દે તેવો છે. હવે આ સમયમાં જડબેસલાક કાયદાઓ પણ લાગું થઈ ગયા છે. સોસાયટી કે ફ્લેટોમાં બહારથી આવનારાઓ માટે પ્રવેશબંધી થઈ ગઈ એટલે જેના ઘરમાં બહારથી કામ કરવા આવતા હોય તેમના માટે પ્રવેશબંધી અને જે ઘરમાં 24 કલાક રહેતા હતા એ બધા નોકરો ગભરાઈને ભાગી ગયા છે એમના વતનમાં.

ક્યારે ય અનુભવ્યો ના હોય એવો સમય આવ્યો છે. અરે છાપાં સુદ્ધા આવતા નથી. પણ મીડિયા બજાર ગરમા-ગરમ છે. વિવાદો, ચર્ચાઓ

અને સલાહ-સૂચનોના રાફડાં ફાટ્યાં છે. નવરાશનો સમય મળ્યો છે. કુટુંબ સાથે રહેવાનો સમય મળ્યો છે. સમયને ઉજવો. ધ્વનિતનો મોર્નિંગ મંત્ર, તુષાર શુક્લની રોજનીશી, અંકિત ત્રિવેદીની કવિતા, કૃષ્ણકાંત ઉનડકટની પોઝીટીવ લઘુકથાઓ વાર્તાઓની ઓડિયો ક્લીપ્સ વગેરેનો વોટ્સએપ અને ફેસબુક પર ધોધ વરસી રહ્યો છે. ઝૂમ, ગૂગલ ડ્યૂઓ અને યુટ્યુબ પર આવતા વ્યાખ્યાનોતો રહી ગયા. કેટલું કરી શકીએ ? અધૂરામાં પુરુ ટી.વી.માં 33 વર્ષ જૂની સીરિયલો રામાયણ અને મહાભારત આજે પણ લોકોને ઘેલું લગાડી રહી છે. સદગુરુ અને બી.કે.શિવાની હંગામી ધોરણે સાઈડ લાઈન થઈ ગયા છે. સ્વસ્થ અને સુખી જીવન જીવવાની કલા હાંસિયામાં ધકેલાઈ ગઈ છે. વ્યસ્ત જીવન જીવવાની કલાના પાઠ ચાલી રહ્યા છે.

સવારે ઊઠીને કોને સાંભળું ? ધ્વનિતનો મોર્નિંગ મંત્ર કે પછી વોટ્સએપમાં આવતા સવારે સાંભળવાના ભજનો અને ધર્મગુરુઓના વ્યાખ્યાનો ? તો પછી ચા કોણ બનાવે ? બંગલાની પાછળ જઈને તાર પરથી કપડાં કોઈ લઈ આવે ? અલબત, બધાએ કામ વહેંચી લીધું હોય એટલે વહેલી તો હું જ ઊઠું. ઉઠતાની સાથે રજાઈ વાળીને ચાદર સરખી કરી લેવી પડે. બદલવાની તો શક્તિ ના હોય. બહાર આવું એટલે દૂધ આવી ગયું હોય. બહાર કોથળીઓ પડી હોય એને લાવીને બરાબર ધુઓ, પછી હાથ ધુઓ, પછી ચા મૂકો. ચા પીઓ, ચાના વાસણો ધુવો અને કપડાં લાવીને વાળો. ત્યાં સુધીમાં દીકરો-વહુ અને એમની દીકરી આવી ગયા હોય. એ લોકોનો ચા-પાણીનો કાર્યક્રમ પતે એટલે દીકરી કપ-રકાબી-પ્લેટો ધોવા માંડે અને હું અને મારી વહુ રસોઈ શરૂ કરીએ.

દરરોજ જુદું જુદુ નક્કી કરી રાખ્યું હોય એટલે થઈ જાય. પછી નહાવા જઈએ. નાહ્યા પછી ભગવાનની સ્તુતિ કરીને બેસું એટલે જમવાની તો ખાસ્સી બે-અઢી કલાકની વાર હોય. એ સમયમાં અંગત પ્રવૃત્તિ થાય. થોડી કસરત કરી લઉં. વોટ્સએપ પણ જોઉં. વોટ્સએપ ફોનમાં ખોલું એટલે મેસેજ પડ્યા હોય. એમાંથી કેટલાય તો એક જ મેસેજ જુદા જુદા લોકોએ મોકલ્યા હોય. શરૂઆતમાં તો એ વાંચવામાં જ જમવાનો સમય થઈ જાય. પછી કંટાળો આવવા માંડ્યો. બધું એકનું એક જ

લાગે. જો કે મને સ્નેહીઓને ફોન કરવાની ટેવ ખરી. અમુક જણ સાથે દરરોજ અને અમુક જણ સાથે અઠવાડિયે વાત કરું. જાત જાતની વાતો સાંભળવા મળે. એમાં મુખ્ય મુદ્દો માણસનો અને કરવા પડતા કામનો જ હોય. વળી કોઈકની આજુબાજુ કોરોના પોઝીટીવનો કેસ થાય તો તો એ ગરમ મસાલેદાર વાનગી થઈ જાય. કોપોરેશનના માણસો આવે એટલે લોકોને તમાશો. સોશિયલ ડિસ્ટન્સ બધાં ભૂલી જાય પછી યાદ કરાવવું પડે. એક જાણીતા બેનને થયું હતું તો બિચારા કહે, બહાર કોપોરેશનના માણસો કાગળ ચોંટાડે છે કે, આ ઘરમાં કોરોના પેશન્ટ છે. તો સોસાયટીના એકેએક જણ એ કાગળ જોઈ ગયા હશે. અને ઘરના બીજા સભ્યો બહાર તો નીકળતા ના હોય પણ એમના ઘરમાં હોય અને બહારથી જતા સામે આંખ મળે તો પણ જાણે એમને થઈ જવાનો હોય એમ દોડે. અછૂત જેવું વર્તન બધાએ એક મહિના માટે કરી નાખ્યું હતું. બીજી એક રસપ્રદ વાત એવી સાંભળવા મળી હતી કે, ફ્લેટમાં રહેતા એક બહેનને ત્યાં ગેસનો બાટલો ખલાસ થઈ ગયો. હવે પેલો ડિલીવરી કરવા આવ્યો તો પ્રવેશબંધીના નિયમ પ્રમાણે એને અંદર આવવા ના દીધો. બહેને તો ફ્લેટના વહીવટકર્તાને ફોન કર્યો. પેલો બહાર મુકીને જાય તો ઘરમાં માણસ તો છે નહીં તો એને ઉપર કોણ લાવે ? છેવટે નક્કી કર્યું કે, બાટલાવાળાને તો આવવા દેવો પડે. જેના ઘેર આવ્યો હોય એણે લીફ્ટ સેનીટાઈઝ કરવી પડે. કહેવાતી નવરાશના સમયે આવી નાની તકલીફોનો વિચાર પેલા સલાહકારોને આવે નહીં.

આવો અંગત સંપર્ક પણ રાખવો પડે ને પછી ત્યાં સુધીમાં જમવાનો (બપોરનો) સમય થઈ જાય. જમ્યાં પછી પણ કેટલો મોટો કાર્યક્રમ ચાલે. દીકરો ટેબલ ગોઠવે પણ ખરો અને સાફ પણ કરે. (જમ્યાં પછી) દીકરી એને લગતું નાનું કામ કરે. વહુ વાસણોનો હવાલો લઈ લે. હું રસોડું અને ગેસ સાફ કરું. મારી ઉંમરના પ્રમાણમાં હું થોડી અશક્ત ખરી. એટલે થાકી જાઉં પણ કંઈ કરું નહીં એવું તો બને જ નહીં. બધું પતાવતા પતાવતા ત્રણ-સવા ત્રણ તો ક્યાંય વાગી જાય. પછી એ લોકોને કહું કે છ-સાડા છ એ જ નીચે આવજો. કારણ કે વાસણો ગોઠવવા, થોડી તૈયારી રસોઈ માટે કરવી એવું બધું મારાથી થાય. પણ શાક આવે એ દિવસ તો થાકીને ઢસ. ત્રણ-ચાર દિવસે દીકરો

એકવાર સવારે ચા પીને શાક અને જોઈતું કરિયાણું લઈ આવે. એ બધું જ રસોડાના બહારના પ્લેટફોર્મ પર મુકી નહાવા જતો રહે. કરિયાણાની થેલી પર સેનિટાઈઝર છાંટીને એમને એમ રહેવા દઉં અને શાક જુદા જુદા વાસણોમાં પલાળી દઉં. પછી ડેટોલથી હાથ થોઈ નાખું. બપોરે જમ્યાં પછી બધાં ઉપર હોય ત્યારે શાકને કોરા કરું અને કરિયાણું ભરી લઉં. શાક એક કલાક પંખા નીચે કપડાંમાં પાથર્યું હોય એટલે કોરું પડી જાય. પછી શાકની થેલીઓમાં ભરી ફ્રીજમાં મુકી દઉં.

સાંજે પાછો એ જ પ્રોગ્રામ. સાંજે તો ચારે ય જણ રસોડામાં જ હોઈઍ. તરત રાંધી, તરત જમી, તરત રસોઉં સાફ થઈ જાય પછી રૂમમાં આવું એટલે બીજા દિવસની સવાર પડે વહેલી. જો કે આઠ સવા આઠ થઈ ગયા હોય. એટલે કોઈ વેબીનાર કે ઝૂમમાં ચાલતા કાર્યક્રમોમાં જોડાવાનું મન ના થાય. મેં પણ રામાયણ, મહાભારત સીરિયલો જોઈ અને થોડા લેપટોપ પર જૂના પીકચરો જોયા. બહુ મજા આવી. એપ્રિલનો અંત કે મે ની શરૂઆત સુધી આવું ચાલ્યું હશે. પછી બધા ધીમે ધીમે આવવા માંડ્યા.

તમે જ કહો આને નવરાશ કહેવાય ? શાંતિ જરૂર કહેવાય. ના કોઈ આવે કે ના કોઈ જાય. ના ઘરની વ્યક્તિની રાહ જોવાની હોય. સમય ચોક્કસ મળ્યો પણ કામ કરવા ટેવાયેલા ના હોઈઍ એટલે થાક પણ લાગ્યો. કહેવાતા નિષ્ણાતોની સલાહ પ્રમાણે કશું ના થયું. સાચું કહું ને તો દરેકનું જીવન આગવું છે. દરેકને જુદા જુદા શોખ અને જુદા જુદા સંજોગો હોઈ શકે છે. એટલે મારા સંજોગો પ્રમાણે કહું તો વેબીનારો, ગુગલ ડ્યુઓ અને ઝૂમની ભરમારમાં પહોંચી ના વળાયું. નવરાશ તો મળી પણ થાકોડી નવરાશ...

17
સોશિયલ મીડિયા

2007માં સ્માર્ટ ફોન બજારમાં આવ્યા ત્યારથી સોશિયલ મીડિયાની બોલબાલા વધતી ગઈ છે. પહેલા તો ઈન્ટરનેટ પરથી કોઈ માહિતી જોઈતી હોય કે પછી ઈ-મેઈલ અને ફેસબુક વાપરવા હોય તો કોમ્પ્યુટર પર બેસવું પડતું; જે બધા માટે સુલભ નહોતું. પણ જ્યારથી એન્ડ્રોઈડ ઉર્ફે સ્માર્ટ ફોન આવ્યા અને વિશ્વમાં ડીજીટલ ક્રાંતિ આવી ગઈ. અને વળી વોટ્સએપ આવ્યું. પછી તો પૂછવું જ શું? શરુઆતમાં તો ફોન મોંઘા હતા પણ છેલ્લા થોડા વર્ષોથી ભારતનો એકપણ નાગરિક એવો જોવા નહીં મળે (સફાઈ કામદારથી માંડીને નીચલા સ્તરના દરેક કર્મચારી જેવા કે નોકરો, શાકવાળા, લીફ્ટમેન, ડ્રાઇવર, રસોઈયાઓ) કે જેમની પાસે મોબાઈલ નહીં હોય. બધા જ તમને ફોનમાં જ મગ્ન જોવા મળશે.

ઈન્ટરનેટ, બ્લોગ, ટ્વીટર, ફેસબુક, ઈન્સ્ટાગ્રામ અને અત્યંત વપરાશમાં જો હોય તો વોટ્સએપ છે. આ બધાની મદદ વગર તો જાણે આપણે જીવી જ ના શકીએ. આપણી વિચારશક્તિ એવી તો પાંગળી થઈ ગઈ છે કે ડગલે ને પગલે આપણને રેડીમેડ ટીપ્સ જોઈએ છે. ટેકનોલોજિ અને ગેજેટ્સથી આપણે જાણે આધુનિક બની ગયા છીએ એવો ભ્રમ ઊભો થયો છે. અત્યારે તો પાછો કોરોનાકાળ ચાલે છે. લોકડાઉનમાં રોજિંદા વહેવાર ઠપ્પ છે. બજારમાં મંદી છે પણ

સોશિયલ મીડિયાનું બજાર ધમધમે છે. સાચા ખોટા સમાચારો, વિવાદો, ચર્ચાઓ, સલાહ-સૂચનો, વાનગીઓ બનાવવાની રીતો, બી.કે. શિવાની અને સદગુરુઓના પ્રેરણાત્મક પ્રવચનો, તુષાર શુકલની રોજનીશી, અંકિત ત્રિવેદીની કવિતા, ધ્વનિતનો મોર્નીંગ મંત્ર અને બીજું કેટલુંય.... કેટલું સાંભળી શકીએ?

સોશિયલ મીડિયા સ્માર્ટ ફોનના લીધે હાથવગું થઈ ગયું છે. આંગળીના ટેરવે જ કહી શકાય. બધી જ એપ્સ ટચૂકડાં મોબાઈલમાં આવી જાય છે. જ્યાં નજર કરીએ ત્યાં લોકો પોતાના મોબાઈલમાં જ વ્યસ્ત હશે. એકબીજા સાથેનો સંપર્ક આપણે ગુમાવી દીધો છે. વર્ચ્યુઅલ એડિક્શન એટલું વધી ગયું છે કે શિક્ષણ, કારકિર્દી અને ધંધા માટેનો અમૂલ્ય સમય મોબાઈલમાં રચ્યાપચ્યા રહેવાથી વેડફાઈ જાય છે. સવારે એક મેસેજ એ પણ પાછો ફોરવર્ડેડ ફેસબુક અથવા વોટ્સએપમાં ફોરવર્ડ કરી દેવાનો પછી એને કેટલા લાઈક્સ મળે છે એ જોયા કરવાનું. જો વોટ્સએપ પર આવતા બધા જ મેસેજો વાંચવા બેસીએને તો આખો દિવસ જ જતો રહે. સાચું કહું ને તો અમુક મેસેજો તો એટલા લાંબાં હોય છે કે મને વિચાર આવે કે મોકલનારે આ મેસેજ વાંચ્યો હશે?

વોટ્સએપ પછી સૌથી વધારે વપરાતુ માધ્યમ ફેસબુક અને ઈન્સ્ટાગ્રામ કહી શકાય. ફેસબુકની એપ દબાવો એટલે વાનગીઓ બનાવવાની રીત, સુંદર દેખાવાની કળા, પાતળા થવાના નુસખાં અને મોટિવેશનલ સ્પીચની ભરમાર ચાલુ થઈ જાય. લોકોને એટલો રસ પડી ગયો છે કે, બીજાને સલાહ પણ આપી દે. ઈન્સ્ટાગ્રામમાં મોટા મોટા અભિનેતાઓ, અભિનેત્રીઓ અને ફેશન ડિઝાયનરોને ફોલો કરવાનું ચલણ વધી ગયું છે.

એક અગત્યની વાત ટૂંકમાં કહું તો ટ્વીટર, ફેસબુક અને યુટ્યુબ પર કટ્ટરવાદી વિચારધારાનો ફેલાવો પણ વધ્યો છે જે પરમાણુ હથિયાર જેટલો જ ખતરનાક છે. ઘાંટા પાડીને કહેવાતા જૂઠમાં દલીલબાજી કરીને સામાવાળાને ચૂપ કરી દેવામાં આવે છે. ઉપરછલ્લી માહિતી જાણીને ઉછરી રહેલો સમાજ લાંબું વિચારવાની તસ્દી લેતો નથી.

શું સાચું કે શું ખોટુંની સમજ વગર પોતાને ગમતી દલીલો સ્વીકારી પલાયનવાદ સ્વીકારી લે છે. એ સિવાય પણ ખેલ જગત, જાતિવાદ, સિનેજગત વિષયો ઉપર લોકો પોતાના મનમાં જે આવે તે લખી નાંખતાં હોય છે તેનાં પ્રતાપે વિવાદો ઊભા થાય છે.

કહેવાનો મતલબ એ નથી કે સોશિયલ મીડિયા વાપરવામાં કેવળ નુકસાન જ છે. કોઈપણ બાબતનો અતિરેક નુકસાનકર્તા છે. મેં આગળ જેટલા વિષયોનો ઉલ્લેખ કર્યો તેનો વિવેકપૂર્ણ ઉપયોગ કરી શકાય છે. અત્યારના સમયમાં શિક્ષણક્ષેત્રે ગુગલ મીટ અને ઝૂમ મીટીંગ મોટું વરદાન સાબિત થયું છે. ઓનલાઈન શિક્ષણની આપણે ક્યારેય કલ્પના કરી નહોતી. પેનડેમિક સમયમાં શાળાઓ પણ નહીં ખૂલે એવો વિચાર ક્યારેય આવ્યો નહોતો. શાળાઓ બંધ છે પણ શિક્ષણ બંધ નથી. ઓનલાઈન શિક્ષણનો લાભ બાળકો લઈ રહ્યા છે. નિવૃત્ત વડીલો જે સાહિત્ય સભાઓમાં અને આધ્યાત્મિક પ્રવચનો સાંભળવા બહાર જતા હતા તેઓ ઘેર બેઠા તેમના ગમતા સાહિત્યકારો, સ્વામીજીઓ અને જાણીતા વક્તાઓને ઘેર બેઠા સાંભળી શકે છે. ઉપરાંત ઉત્તમ ક્લાસિક ફિલ્મો અને ગીતો તથા ભજનો અને ધાર્મિક કાર્યક્રમો પણ માણી શકે છે. આપણને કોઈપણ વિષયમાં જાણકારી જોઈંતી હોય તો ગુગલ કે વિકીપીડિયા ખોલો એટલે આંગળીના ટેરવે હાજર. પુસ્તકો ઉથલાવવાની ઝંઝટ જ નહીં. પણ ગુગલની માહિતી સો ટકા સાચી ગણાતી નથી એ પણ સ્વીકારવું પડે. ટૂંકમાં સોશિયલ મીડિયાના ફાયદા પણ અનેક છે. તેના ઉપયોગનો વિવેક કેવી રીતે જાળવવો તે આપણા પર નિર્ભર કરે છે.

18

આત્માનું અનુસંધાન

અત્યારે કોરોનાનો કેર અત્ર, તત્ર, સર્વત્ર ચાલી રહ્યો છે. જાણે એકાએક નવરાશ મળી ગઈ છે. ઓફિસ જવાનું નહીં, શાળામાં જવાનું નહીં, કોઈ મીટીંગ નહીં, કોઈ સભા નહીં, ના કોઈ પાર્ટી કે ના કોઈ પ્રસંગ, શું કપડાં પહેરવા એની ઝંઝટ નહીં, પાર્લરમાં જવાની માથાકૂટ નહીં. તો પછી કરવું શું? ભગવાને એકાએક સ્ટેચ્યુ કહીને તેજ રફ્તારમાં દોડતી દુનિયાને જ્યાં છે ત્યાં જ થંભાવી દીધી છે. 24મી માર્ચથી લોકડાઉન ચાલુ થયું અને શું કરવું ! કેવી રીતે કોરોનાના પંજાથી દૂર રહેવું એ વિચાર માત્રથી ફફડાટ વ્યાપી ગયો. સોસાયટી કે ફ્લેટોમાં બહારથી આવનારા માણસોની પ્રવેશબંધી કરી દેવામાં આવી. 24 કલાક ઘરમાં રહેતા માણસોએ પણ પોતાના ઘર ભણી દોટ મુકી જાણે આપણને કંઈ થઈ જશે તો શું થશે?

ક્યારેય વિચાર્યો હોય કે અનુભવ્યો ના હોય એવો સમય ચાલી રહ્યો છે. કેટલાય લોકો આ મહામારીમાં સપડાયા છે અને હજુ તો આ ક્રમ ચાલુ જ છે. મૃત્યુ આંક તો અરેરાટી ઉપજાવી દે એવો મોટોમસ છે. એમાં મારા જેવા સીનિયર સીટીઝન વળી પાછા શરીરથી અશક્તને તો ઘરની બહાર નીકળાય નહીં. આજે છ મહિના થઈ ગયા ભગવાનનું મોઢું પણ જોયું નથી. જો કે લોકડાઉન ખરું પણ ખમીર ડાઉન નહીં એની જેમ અશક્તિ શરીરમાં ખરી પણ મનમાં તો જરાય નહીં.

લોકડાઉનના પહેલા દિવસની વાત કરું ? સવારે આંખ ખૂલી અને ખબર જ હતી કે કોઈ સ્ટાફ નથી. પણ ધીમે ધીમે જેટલું થાય એટલું કરવું એમ વિચારીને બહાર આવી. મારા સદનસીબે સોસાયટીના ચોકીદારભાઈ દૂધ બંગલાની બહાર મૂકી ગયા હતા. દૂધ લઈ બરાબર થેલીઓ ધોઈ દૂધ ગરમ કર્યું અને ચા બનાવી. પાછળ સૂકવેલા કપડાં લાવી અને વાળતી હતી ત્યાં જ દીકરો વહુ અને પૌત્રી નીચે આવી ગયા. વહુએ તરત કહ્યું કે, તમે શું કામ કરો છો ? અમારી રાહ તો જોવી હતી. સૂકા ભઠ્ઠ હૈયા પર જાણે લાગણીની ભીનાશ વ્યાપી ગઈ. પછી શરૂં થયો રસોઈનો કાર્યક્રમ. જાણે વર્ષો પછી સાથે મળીને રસોઈ કરવાનું બન્યું. દીકરો વહુ પોતપોતાના વ્યવસાયમાં એટલા વ્યસ્ત હોય છે અને પૌત્રી ભણવામાં. મારી પોતાની દીકરી તો શનીવારે મળે બાકી ફોન પર વાત થાય. વર્ષોથી એકલતાને એકાંતમાં ફેરવીને જાતને શોધવાની મથામણ કર્યા કરતી હોઉં છું. લેખન-વાંચને એકલતાને સમજણના તેજથી ભરી દીધી છે પણ હૂંફની તરસ તો રહેવાની. હૂંફના અભાવથી વિસ્તરતા રણમાં લોકડાઉને ઋતુ બદલી નાખી. જીવનમાં એક સરખો ઊગતો સૂરજ દરરોજ અવનવા રંગો લઈને આવવા માંડ્યો. સહિયારી રસોઈ અને સહિયારું કામ ! દીકરાએ તો ક્યારેય જાતે પાણી પણ લઈને પીધું નથી અને હવે જ્યારે મોટો માણસ બની ગયો છે ત્યારે ઘરમાં પણ હાથોહાથ કામ કરાવતો જોઈને અને વહુ તરફથી હું થાકી ના જાઉં તેવો રખાતો ખ્યાલ મનમાં અપાર આનંદ અને સ્ફૂર્તિ ભરી દે છે.

આમ તો ઘરમાં પૂરતા માણસો હોવાથી મારા મેનેજમેન્ટ અથવા મારા હોવાપણાની ખાસ નોંધ લેવાતી નહોતી. દીકરો તો હંમેશાં ધ્યાન રાખે પણ થાકેલો હોય અને પાછો મારો સ્વભાવ પણ અંતર્મુખી ખરો. પૂછપરછ કરવાની ટેવ નહીં. પણ અત્યારે તો બધાય પોતાના કામમાંથી નવરાં અને ઘરકામથી જોડાયેલા. દીકરો તો કામ સિવાય કેટલીય વાર ઉપરનીચે કરે. મારી સાથે બેસે. મારી વાતોમાં રસ લે. જે અતિ વ્યસ્તતાથી વિખૂટા પડી જવાયું હતું તેનું અનુસંધાન થયું. મન તો અત્યારે આનંદ અને ગર્વના વહેણથી ભીંજાઈ રહ્યું છે.

આ ક્રમ અઢી મહિના ચાલ્યો. પછી ધીમેધીમે માણસો આવવા મંડ્યા, દીકરો વહુ પાછા કામે જવા મંડ્યા, પૌત્રી ઓનલાઈન શાળામાં વ્યસ્ત થઈ ગઈ. હું સીનિયર સીટીઝનના નાતે હજી ઘરની બહાર નીકળી નથી. છતાં ય એના રંજ વગર સહિયારા કુટુંબની માણેલી ક્ષણોને વાગોળતી એક સુંદર સવારની પ્રતિક્ષા કરી રહી છું. એક એવી રોગમુક્ત સ્વપ્નશીલ સવાર જેમાં :

ગમ ભી ના હો,
આંસુ ભી ના હો,
બસ પ્યાર હી પ્યાર પલે...
એક ઐસે ગગન કે તલે....

19
અહિંસા

'અહિંસા' પરમો ધર્મ છે. અહિંસા પરમ તપ છે, અહિંસા પરમ જ્ઞાન છે અને અહિંસા જ પરમ પદ છે. ભગવદ્‌ગીતા અહિંસા શબ્દથી આપણે સૌ પરિચિત છીએ. જૈન ધર્મમાં ભગવાન મહાવીરે 'અહિંસા' શબ્દ પર ઘણો ભાર મુક્યો છે. મહાવીર, પછી બુદ્ધ, બુદ્ધના પગલે સમ્રાટ અશોક અને છેલ્લે આપણા ગાંધી બાપુ બધાએ જીવનમાં અહિંસા ઉતારીને એક જ જીવન મંત્ર આપ્યો છે: પ્રેમભાવ. ઓશો કહે છે અહિંસા: એટલે હિંસાનો અભાવ. જેવી રીતે અંધાર એટલે ઉજાસની ગેરહાજરી છે તેવી જ રીતે હિંસાની ગેરહાજરી તે અહિંસા છે. સંપૂર્ણ અહિંસક જીવન શકય નથી. હિંસાનું પ્રથમ સ્વરૂપની શરૂઆત જ બીજાને બીજો માનવાથી થાય છે. બીજા પ્રત્યે અહિંસક બનવું લગભગ અશક્ય છે. આપણે કેવળ આપણા પ્રત્યે જ અહિંસક બની શકીએ છીએ. અહિંસા જીવનમાં ઉતારી શકાય તે માટે મહાવી ભગવાને અહિંસાના બે સ્વરૂપ બતાવ્યા છે. ભાવ-અહિંસા અને દ્રવ્ય-અહિંસા જૈન દ્રષ્ટિએ માણસ હિંસા કરતો હોય છતાં અહિંસક હોઈ શકે છે અને અહિંસક હોવા છતાં હિંસા કરતો હોઈ શકે છે. વ્યક્તિ ભલે દેખીતી રીતે હિંસા ના કરતો હોય પણ મનમાં ક્રોધ અને ઈર્ષા રાખતો હોય તો તે એક પ્રકારની હિંસા જ છે. જ્યારે બીજી તરફ કોઈ હોય દા.ત. કસાઈ, એની તો નિયતિ જ છે કતલ કરવાની છતાંય મનથી નિર્લેપ અને સમતાભાવી હોય તો તે અહિંસાના માર્ગનું આચરણ કરી રહ્યો છે એમ કહી શકાય. ભાવ

અહિંસામાં આત્માને રાગ-દ્વેષ, ઈર્ષા, અહમ વગેરેથી દૂર રાખવાનો છે. જ્યારે દ્રવ્ય અહિંસામાં સમસ્ત જીવો પ્રત્યે પ્રેમપૂર્ણ નિસ્પૃહભાવ અને અન્ય જીવ પ્રત્યે અનુકંપાભાવ રાખીને મૈત્રીપૂર્ણ વ્યવહાર કરવાનો છે.

અહિંસાનું વિધેયાત્મક પાસુ સમતા છે. જગતમાં જે કોઈ જીવો છે તે તમામ તરફ-મિત્ર હોય કે વિરોધી બધા જ પ્રત્યે સમતાભાવ અને સહિષ્ણુતા કેળવવાના છે. એક ઉત્તમ દૃષ્ટાંત છેઃ ભ્રમર ફૂલોનો રસ ચૂસે છે પણ ફૂલનો વિનાશ નથી કરતો. તેવી રીતે આપણે પણ પોતાની જાત નભાવવામાં સહાયક છે એની પાસેથી એવી રીતે મેળવવું કે સહાયકો નબળા ના પડે. આંતર પરિગ્રહ દૂર કરવા બાહ્ય પરિગ્રહનો ત્યાગ જરૂરી છે.

અહિંસા જીવનમાં ઉતરી જાય તે માટે બે પ્રકાર સાધના ભગવાન મહાવીરે દર્શાવી છે. (1) સર્વ વિરતી (2) અંશ વિરતી. સર્વ વિરતી એટલે અંતરંગ અને બહિરંગ એમ તમામ પ્રકારની હિંસામય તથા પાપમય પ્રવૃત્તિઓથી અટકી જવું. આત્માના લક્ષ્યને વિચારવું (સમતા) અંશ વિરતીનો અર્થ છે અસ્તીત્વ ટકાવવા ખોરાક, શાકભાજી, કપડા વગેરેનો મર્યાદાપૂર્વક ઉપયોગ કરવો. કારણ કે સંપૂર્ણ અહિંસા જીવન ટકાવવા માટે અશકય છે. એકેન્દ્રિય જીવો (ઝાડ, પાન, પાણી, હવા, ધરતી) વગેરેમાં એકેન્દ્રિય હોવાથી જ્ઞાનગુણ ઓછો છે માટે ઓછી હિંસા ગણાઈ છે.

ભગવાન મહાવીરના સમાજમાં આશ્રમ વ્યવસ્થા ને વર્ણ વ્યવસ્થામાં વિકૃતિ પેઠી હતી. એમના સંઘ પ્રવેશનો માપદંડ જાતિ કે મોભો નહિ પણ વ્યક્તિની આત્મા-શ્રેયાર્થ માટે સાધના કરવાની ઇચ્છા પર રહેતો. વેદકાળમાં પુરોહિતોનું ને બ્રાહ્મણોનું વર્ચસ્વ હતું. વેદોમાં તો સ્પષ્ટ કહેવાયું છે કે કોઈપણ જીવની હિંસા ના કરો. એવો પરમાત્માનો આદેશ છે. છતાં પશુબલિ આદિકાળથી ચાલ્યુ આવતું સામાજિક દૂષણ છે. મૂંગા જીવોને પીડા આપી દમન કરવાની વૃત્તિ આજે પણ ચાલે છે. માટે જ માંસાહારનો ત્યાગ કરવાનું કહ્યું છે. માંસાહારનો ત્યાગ પશુઓની હિંસા કરવાની વૃત્તિઓને રોકે છે. શાકાહાર કેવળ ધાર્મિક બાબત ના

ગણીએ તો પણ તે અહિંસક સમાજરચનાના નિર્માણની દિશામાં લઈ જઈ શકે છે. માંસાહારનો ત્યાગ દુનિયામાં ચાલતા યુદ્ધો પણ નાબૂદ કરી શકે છે. ભલે આ દૂરની વાત લાગે પણ એક સુંદર કલ્પના છે. જો વિચારીએ બકરી, ગાય, ડુક્કરને નહિ મારનારા સમાજમાં માણસને મારવાનું કેવી રીતે સરળ બને?

ભ્રૂણ હત્યા સમાજનું બીજું દૂષણ છે. જે જીવમાં ના ગર્ભમાં આકાર લે છે તે કુદરતની અણમોલ ભેટ છે. સમાજમાં દીકરી હોય તો ગર્ભ પરિક્ષણ કરાવીને ગર્ભપાત કરવાનું ચલણ વધી ગયું છે. અત્યારે તો સમાજ સુધારા તરફી જતો જાય છે. દીકરી હોય કે દીકરો બધા જ સરખા છે એવા સમયમાં પણ હજી પછાત માનસિકતામાં લોકો જીવે છે અને ભ્રૂણહત્યાનું પાપ વહોરે છે.

મહાવીર ભગવાનનું બીજું સૂત્ર છે. 'નમો જિણાણં, જિય ભયાણં' અર્થાત ભયને જિતનાર અભય પ્રભુને નમસ્કાર. જ્યાં અભય સિદ્ધ થાય છે ત્યાં અહિંસા સિદ્ધ થઈ જાય છે. માનવી એમ વિચારે, 'મારા સિવાયના દરેક જીવો મારા જેવા જ છે. મને જીવન વહાલું છે એમ પ્રત્યેક જીવને જીવન વહાલું છે. મને દુ:ખ ગમતું નથી એમ કોઈપણ જીવને દુ:ખ ગમતું નથી. આમ વિચારીને કોઈપણ જીવને હાનિ ના પહોંચાડીયે ને પ્રેમભાવ રાખીએ તે આપણા તરફથી દરેક જીવને મળેલી અભયની શ્રેષ્ઠ બક્ષિસ છે. અહિંસા ને અભય એક સિક્કાની બે બાજુ છે.

જગતભરના જીવોને આત્મા સમાન ગણવાના છે. પ્રભુએ અહિંસાના ચાર અભિગમ દર્શાવ્યા છે. મૈત્રી, સમતા, નિર્ભયતા અને કરુણા હિંસા કેવળ છરી, તલવાર કે બોમ્બની ઓશિયાળી નથી. એનો મોટો આધાર તો માનવીના મન પર રહેલો છે. સૌથી ખતરનાક હિંસા દ્વેષ, કપટ, નીંદા, જૂઠ અને અભિમાન છે. એ સિવાય શોષણવૃત્તિમાં પણ ભારોભાર હિંસા રહેલી છે. સંગ્રહખોરી હિંસાખોરી જ છે. અસત્ય બોલવું, અપ્રમાણિક હોવું અને અસંયમી હોવું. પ્રદૂષણ ફેલાવવું એ બધી એક પ્રકારની હિંસા જ છે. જેવી રીતે સૂર્યના પ્રકાશમાં અંધાર ટકતો નથી એવી રીતે અહિંસાનું પાલન કરવાથી હિંસા ટકી શકતી નથી.

કોઈના માટે નઠારો વિચાર કરવો, કોઈના નઠારા વિચારની અનુમોદના કરવી અથવા તો કોઈના મનમાં નઠારો વિચાર નાખવો એ પણ હિંસા જ છે. કર્યું, કરાવ્યું અને અનુમોદ્યું આ ત્રણ પદ ધ્યાનમાં રાખીને ગાંધીના સંદર્ભમાં અહિંસા શબ્દ સમજવા જેવો છે. ગાંધીજીની વિચારધારામાં સત્ય અને અહિંસાનું સ્થાન સર્વોપરી છે. આખા જગતને અહિંસા શબ્દનો પરિચય કરાવનાર ગાંધી છે. ગાંધીજી સત્ય અને અહિંસાના હિમાયતી હતા. દક્ષિણ આફ્રિકામાં હિંદુઓના હક અને ન્યાય માટે ઉપાડેલી લડતમાં શસ્ત્રોનો ઉપયોગ કરવો ન હતો એટલે હિંસક આયુધોની સામે તેમણે અહિંસાનું શસ્ત્ર ધારણ કર્યું હતું. તેઓ માનતા કે અહિંસક લડતમાં કોઈની સામે કડવાશ કે વેરઝેર રહેતા નથી. કોઈને શબ્દો દ્વારા હાનિ પહોંચાડીએ એ પણ હિંસા જ છે. ગાંધીજી અહિંસાના ઉપાસક હતા. સામેનાને સમજાવવા (પોતાની વાત) માટે આમરણાંત ઉપવાસ ઉપર ઉતરતા આમ કરીને સામેવાળાને બદલે પોતે મરે એવી ભાવના રાખતા. સત્ય સાધન પણ છે અને સાધ્ય પણ. તે મુકામ પણ છે અને માર્ગ પણ. પરંતુ અહિંસા માત્ર માર્ગ જ છે. અહિંસા એટલે પૂર્ણનિર્વિકારતા. તેના વગર સત્યનું દર્શન અશકય છે તેથી સત્ય માટે અહિંસા સાધન થઈ એમ કહેતા.

જ્યાં સુધી આપણામાં હું પણું છે ત્યાં સુધી હિંસા તો રહેવાની જ. આ હું અને આ બીજા બધા બીજા કેવી રીતે મારા જેવા હોઈ શકે? આવા વિચારોથી મનમાં હિંસા ઉદ્ભવે છે. હું ને હું ની જગ્યાએ જ રાખીએ.આપણે જેવા છીએ તે બદલ પ્રભુ પ્રત્યે કૃતજ્ઞભાવ રાખીએ. બીજા શું છે એવો વિચાશ ના કરીએ. તેને કેવળ સમૃદ્ધિષ્ટથી જોઈએ. એ મારાથી વધારે સારો પણ હોઈ શકે છે. વધારે સુખી પણ હોઈ શકે છે અને વધારે સફળ પણ હોઈ શકે છે. જ્યારે આ ભાવ મનમાં સ્થિર થાય છે ત્યારે 'અહિંસા પરમો ધર્મ' સાર્થક બને છે.

'અહિંસા એટલે કાર્યની અહિંસા, જીવદયા એટલે હ્રદયની અહિંસા, અનેકાંત એટલે વિચારોની અહિંસા, અપરિગ્રહ એટલે વ્યવહારની અહિંસા. - ભગવાન મહાવીર

20
પ્રચલિત કહેવતો

વિશ્વભરની ભાષાઓમાં કહેવતો છે. વૈદિક સાહિત્ય ને ગ્રીક સાહિત્ય એ વિશ્વના પ્રાચીનતમ સાહિત્યો છે. આ બંને સાહિત્યોમાં પ્રચલિત કહેવતોનો ઉપયોગ થયો છે. પ્રાકૃત ભાષામાંથી ભારતીય ભાષાઓ ને ગ્રીકમાંથી યુરોપીયન ભાષાઓ વિકસી છે. અલબત્ત, પ્રાચીન સાહિત્યમાં જેવી હોય તેવી જ કહેવતો અત્યારે ના પણ હોય. સમય અને સ્થળ સાથે બધું જ બદલાતું રહે છે. કહેવતો ક્યારે પડી હશે એનો પુરાવો નથી. યુગોથી બોલાતી આવતી ભાષામાં ક્યારેક કાંઈ અજુગતું બન્યું હશે અને તે સમયના બુદ્ધિશાળી માણસે કહેવત પાડી હશે. અને ક્રમશ: લોકોમાં પ્રચલિત થતી ગઈ હશે. અત્યારે કહેવતોનું ચલણ ઓછું થઈ ગયું છે પણ આપણા વડીલોના જમાનામાં કહેવતોનું ખાસ્સું વર્ચસ્વ હતું. હકીકતમાં કહેવત વાપરવી એ એક ડાહપણનો વિષય છે. મોટી સલાહો આપવા કરતાં એક વાક્ય કહેવતનું કહેવામાં આવે તો સામેના માણસના મગજમાં સહજ બેસી જાય. મને એનો અનુભવ છે.

મારી મા ખાસ ભણેલી નહોતી પણ કહેવતોનો ભંડાર હતી. વાતે વાતે એના મોઢે કહેવતો આવી જતી. એટલે જ્યારે હું શાળામાં ભણતી ત્યારે મને બહુ કહેવતો આવડતી. મા હંમેશાં માંદી રહેતી. એને ડૉક્ટરને ત્યાં વારંવાર જવું પડતું. હું ડૉક્ટરનો સમય લેવા ફોન કરું એટલે એમના માણસ જ ફોન ઉપાડે. ઘણાં માણસોને જરા રોફ મારવાની ટેવ હોય

છે. હું જ્યાં ફોન કરતી એ માણસ થોડો દોઢડાહ્યો હતો. એમ જ કહે આજે સમય નથી. કાલે આવો... પરમ દિવસે આવો... વગેરે વગેરે. મા તો એટલી અકળાઈ જાય અને તરત બોલી પડે. "કુંભાર કરતાં ગધેડા ડાહ્યા." મને તો એટલું હસવું આવે કે, પૂછો નહીં વાત.

મારા બાપુજીનો સ્વભાવ અંતર્મુખી. કશુંક વાંચતા જ હોય. અમે ભાઈ બહેન ઘોંઘાટ કરતા હોઈએ અથવા એનું ચીંધેલું કામ ના કરીએ તો મા એમના પર અકળાઈ જાય. "મહેતો મારેય નહીં અને મહેતો ભણાવેય નહીં." તમે કોઈને કંઈ કહેતા નથી. મારે જ ભૂંડા થવાનું?

એને ઠીક ના હોય એટલે બાપુજી કહે, કામ રહેવા દે. નોકર આવે એને કહેજે. એટલે તરત કહેશે, એ તો ગણતરીના કામ કરે. મારું કામ તો મારે જ કરી લેવું પડે? "આપ મૂઆ વિના સ્વર્ગે ના જવાય." (નહિતર કામ પડ્યું રહે.)

કોઈક વાર ઓચિંતી મારી બહેનપણી ઘેર આવી ચડે તો તરત મા મશ્કરી કરે. (મારો ખુશહાલ ચહેરો જોઈને.) "ગોળનું ગાડું મળ્યું."

અમે નાના હતા ત્યારે અમારા પાડોશી લીલાકાકીને ત્યાં એમના નાના બહેન અવાર-નવાર મળવા આવતા. લીલાકાકી એમની રાહ જ જોતા હોય. કહેશે ચાલ તું આવી છે તો ખાખરાં કરી નાખીએ અથવા તો પૂરી કરી નાખીએ. એટલે બધા એમની મશ્કરી કરતાં કે, "આવે છે મળવા અને બેસાડી દે છે દળવા."

નાનપણમાં શિક્ષકો પણ સરસ કહેવતો શીખવાડતા. હંમેશાં શિખામણ આપતા. "આપ ભલા તો જગ ભલા." તમે બધાં સાથે સારું વર્તન કરશો તો બધાં જ તમારી સાથે સારું વર્તન કરશે. બીજી પણ કહેવત કહેતા. "પીળા ચશ્માં પહેર્યા હોય એને બધું પીળું જ દેખાય. અર્થાત્ "આપણા મનમાં જે વિચાર આવતો હોય તેવા જ આપણને બીજા લોકો લાગે." માટે ખરાબ વિચાર કરવા નહીં. એના માટે બીજી પણ કહેવત છે. "વાવશો એવું લણશો." જેવા કાર્ય કરીએ તેવા ફળ મળે. સારું કરીએ

તો સારા ખોટું કરીએ તો ખોટાં. વળી કોઈના ય માટે કાવતરું ઘડવું નહીં, એમાં આપણે જ ફસાઈ જઈએ મતલબ, "ખાડો ખોદે તે પડે." ઘણાને એવી ટેવ હોય છે ગોટાળા વાળ્યાં જ કરે અને પાછાં દોષ બીજા પર ઢોળે. એને કહેવાય, "ચોર કોટવાલને દંડે." ઘણીવાર તો એવું થાય કે ખરેખર તોફાન કોઈએ કર્યું હોય અને દંડાય કોઈ બીજું. તો એના માટે કહીશું, "પાડાનાં વાંકે પલાખીને ડામ."

અમારા લગ્ન થયા તે સમયમાં દેખાવનું બહુ મહત્ત્વ હતું. કોઈનાં વિવાહ થાય એટલે બેમાંથી કોણ વધારે દેખાવડું ? એવી ચર્ચાઓ બહુ થાય. ઘણીવાર એવું બને કે છોકરો દેખાવમાં સામાન્ય હોય અને છોકરી દેખાવડી હોય તો કહેવત, "કાગડો દહીંથરું લઈ ગયો." કોઈ સુખી ઘરનું માગું આવે અને મા-બાપ વિચાર કરતાં હોય કે શું કરવું તો વડીલો તરત કહેશે "લક્ષ્મી ચાંદલો કરવા આવે ત્યારે મોં ધોવા ના જવાય." આ તક સારામાં સારી છે. વળી ત્યારે પરનાતમાં ખાસ લગ્નો નહોતાં થતાં પણ થતાં હતાં ખરાં. હવે ધારો કે બેમાંથી એક ગુજરાતી હોય અને બીજો મારવાડી કે બીજા ગમે તે પ્રાંતનો. તેમને છોકરાં થાય એટલે ફૂથલી કરશે. "મા મૂળો અને બાપ ગાજર."

જેમનામાં ત્રેવડ ઓછી હોય એ લોકો બણગા તો એવા મારશે કે જાણે એ લોકો જ બધાથી હોશિયાર છે. એટલે કહેવું પડે, "અધૂરો ઘડો, છલકાય ઘણો." અથવા "ખાલી ચણો, વાગે ઘણો." ઘણા શેઠ એટલા નમ્ર હોય પણ એમના ડ્રાઈવરો મગજના ફરેલા હોય તો એમના માટે કહેવાય "ચા કરતાં કીટલી ગરમ."

ઘણાં એકબીજાને મળે ને, એટલે પોતાના રોંદડા જ રડવાનું ચાલુ કરી દેશે. એક કહેશે મારે તો શરીરની એટલી તકલીફ છે કે, વાતના પૂછો... તો વળી બીજો કહેશે મારી તકલીફના પ્રમાણમાં તારી તો કંઈ જ ના કહેવાય. આવા લોકો માટે કહેવું પડે, "આવ ભાઈ હરખા અને આપણે બે સરખા." એવી જ બીજી કહેવત છે. આપણને બે-ત્રણ જણથી સરખા જ અનુભવો થયા કરે (માઠા) ત્યારે કહેવું પડે "કાગડા બધે ય કાળા." એવી જ બીજી કહેવત છે, "ચોરનો ભાઈ ઘંટીચોર."

કોઈક વાર આપણને સિનેમા જોવા જવાનું બહુ મન હોય અને આપણે વિચારતા હોઈએ અને થોડી જ વારમાં મિત્ર આવીને કહે, ચાલને સિનેમા જોવા જઈએ. તો કહેવાય "ભાવતું હતું અને વૈદ્યે કહ્યું."

ખાવામાં શરમાઈએ તો કહેવત છે કે, "માગ્યા વગર તો મા પણ ન પીરસે." એનાથી વિપરીત કોઈ સ્નેહીને ત્યાં જમવા જવાનું હોય તો આપણે વિચાર કરતાં હોઈએ તો ઘરનું તરત જ કહેશે, "મોસાળમાં જમવાનું છે અને મા પિરસનારી છે." પછી શેનો આટલો વિચાર કરે છે?

સમાજમાં કોઈ વ્યક્તિ સફળ અને વગદાર હોય અને એનો દીકરો એવો જ પાકે તો કહેવાય, "બાપ એવા બેટા અને વડ એવા ટેટા." એના જેવું જ મેં કોઈ ઓછી અક્કલવાળું હોય અને દીકરો પણ કમઅક્કલ પાકે તો કહેવાય, "ફૂવામાં હોય તો હવાડામાં આવે ને?"

કોઈ સેલ્સમેનશીપના ધંધામાં હોય અને શાંત હોય તો શિખામણ આપવી પડે, "બોલે એના બોર વેચાય." અને કોઈ પેઢીની ગાદી પર બેઠું હોય અને બોલ બોલ કર્યા કરે એને કહેવું પડે, "ન બોલવામાં નવ ગુણ."

ઘણાને બીજાની ટીકા કર્યા કરવાની ટેવ હોય છે. પોતાનામાં તો અનેક અવગુણ ભરેલા હોય એના માટે ત્રણ કહેવતો યાદ આવે છે. "નાકે છી ગંધાતી નથી." "ઊંટના અઢારે વાંકા." "કોઈની સામે એક આંગળી ચીંધો તો બાકીની ત્રણ આપણા તરફ ચીંધાય છે."

નાના નાના અર્થી સાથે આપણે ઘણી કહેવતો જોઈ. હવે નાની નાની કથાઓ સાથે થોડી કહેવતો જોઈએ.

"ઘરના છોકરાં ઘંટી ચાટે અને ઉપાધ્યાયને આટો." પોતાનાં સ્વજનોને બાજુએ મૂકીને બીજાને લાભ કરાવે ત્યારે આ કહેવત વપરાય છે.

બહુ જૂની કથા છે. જૂનાં જમાનામાં ગરીબોનું સ્તર બહુ નીચે હતું. બે ટંક ખાવાના પણ સાંસા હોય. આવો એક ગરીબ માંડ માંડ કરીને થોડાં ઘઉં લાવ્યો. મા દળવા બેઠી. લોટ દળીને રોટલો બનાવવાની તૈયારી કરતી હતી એટલામાં એક સાધું આવ્યા. અભણ ગરીબ સ્ત્રીને એટલી જ ખબર કે સાધું ને પાછા ના જવા દેવાય એટલે લોટ સાધુને વહોરાવી દીધો. બાળકો બિચારાં જોઈ રહ્યાં. એમની નજર ઘંટી પર ગઈ ત્યાં થોડો લોટ ચોંટી રહ્યો હતો. ત્યાં જઈને ઘંટી ચાટવા માંડ્યાં.

"હીરો ઘોંચે જઈ આવ્યો, ડેલે હાથ દઈ આવ્યો."

એક શેઠને ત્યાં હીરો નામનો એક નોકર હતો. એનામાં અક્કલ ઓછી હતી. શેઠ તેને નાના નાના કામ સોંપતા. બીજા મોટા કામ જેવા કે, બહારગામ જવાનું હોય તો પોતે જ જતા હતા. એક વાર ઘોઘા જવાનું આવ્યું પણ શેઠને બીજું પણ કામ હતું. ઘોઘા જવાનું ફાવે એવું નહોતું. શેઠાણીએ કહ્યું, ઘોઘા જવાનું કામ હીરાને સોંપો. નજીકનું જ ગામ છે એટલે એને વાંધો નહીં આવે. હીરો આ વાત બહાર ઊભો ઊભો સાંભળતો હતો. એણે વિચાર્યું કે, શેઠ કાયમ મારા ઉપર અકળાય છે તો આ વખતે લાવ શેઠ મને કહે તે પહેલાં જ કરી દેખાડું. ભાઈ સાહેબ તરત જ ઉપડ્યા. સાંજ હતી એટલે ઘોઘા પહોંચતા રાત પડી ગઈ. રાતે શહેરના દરવાજા બંધ થઈ ગયા હતા. દરવાજાને હાથ અડાડીને હીરો પાછો ફરી ગયો. સવારે શેઠે બોલાવીને કહ્યું કે, તારે ઘોઘા જવાનું છે. તો હીરો કહે કે, હું તો જઈ આવ્યો. શેઠ તો નવાઈ પામી ગયા. એમણે પૂછ્યું કે, તને ખબર તો નથી કે શું કામ છે ? તું ત્યાં શું કરી આવ્યો ? હીરાભાઈ કહે કે દરવાજા બંધ હતા એટલે તેને હાથ અડાડીને પાછો આવ્યો. ત્યારથી કહેવત પડી ગઈ છે.

"લોભિયા હોય ત્યાં ધુતારા ભૂખે ના મરે."

માનવીના મનમાં લોભ એકવાર જાગે એટલે તે વગર વિચારીએ બીજાની વાતમાં આવી જાય અને પોતાની મૂડીને વસ્તુ ગુમાવે છે.

ધુતારાઓ ભોળા અને અણસમજુ લોકોને જુદી જુદી રીતે ફસાવી અને તેમને છેતરે છે. પૈસા કે સોનું બમણું કરવાના લોભમાં નિર્દોષ માણસો ફસાઈ પોતાનું સર્વસ્વ ગુમાવે છે.

"કૂતરાની પૂંછડી વાંકી તે વાંકી."

આ કહેવત એવા લોકો માટે વપરાય છે, જેમને ગમે તેટલું સમજાવીએ તો પણ પોતાની વાતને વળગી રહે છે. સત્ય હકીકતની સમજણ પડે તો પણ પોતાના અહમના કારણે નથી સ્વીકારતા. દાખલા તરીકે પુલ પરથી જવાના બદલે પાટા ઓળંગતા હોય અને ના પાડીએ તો માનશે નહીં. રોંગ સાઈડમાં જવાની ના પાડીએ તો પણ સુધરશે નહીં. ભલે ને અકસ્માત થાય.

પોતાનો અહમ નહીં છોડનારા માટે બીજી પણ મજાની કહેવત છે, **"મીયાં પડે તો પણ તંગડી ઊંચી."**

"કાગનું બેસવું અને ડાળનું પડવું."

આ કહેવતની કથા એવી છે કે, એક તાડનું ઝાડ પડું પડું થઈ રહ્યું હતું. તેના ઉપર કાગડો આવીને બેઠો અને ઝાડ પડી ગયું. એટલે જોનારાઓએ કહ્યું કાગડો આવીને બેઠો અને ઝાડ પડી ગયું. જોવા જઈએ તો આ બે બનાવને એકબીજા સાથે કોઈ સંબંધ નથી છતાં બીજાને એવું જ લાગે કે, એકના કારણે બીજું બન્યું છે. જ્યારે બે બનાવને જોડી દેવાય ત્યારે કહેવાય કાગનું બેસવું અને ડાળનું પડવું. દાખલા તરીકે મિત્રો ભેગા થઈને ભારતની ક્રિકેટ મેચ જોતા હોય અને એમાં વચ્ચે કોઈ કારણસર એક મિત્ર ઊભો થાય ને ભારતની વિકેટ પડે તો બધાં એની ઉપર તૂટી પડે, તું ઊભો થયો એટલે વિકેટ પડી. પહેલા બિચારાને શું લેવાદેવા? પાછી મેચ તો પરદેશમાં રમાતી હોય.

"દ્રાક્ષ તો ખાટી છે."

કોઈકને કશું મેળવવાની ઇચ્છા હોય પણ ક્ષમતા ના હોય છતાંય વારંવાર પ્રયત્ન કર્યા કરી અને નિષ્ફળ જાય પછી એને મન મનાવી લેવું પડે કે, દ્રાક્ષ ખાટી છે. એની કથા એવી છે કે, એક શિયાળ જંગલમાં દ્રાક્ષની વાડી પાસેથી પસાર થયું. વાડીની વાડ પર સરસ મજાની દ્રાક્ષનો વેલો હતો. શિયાળના મોઢામાં પાણી આવ્યું. એણે વારંવાર દ્રાક્ષ સુધી પહોંચવા ફૂદકાં માર્યા પણ સફળ થયું નહીં. છેવટે દ્રાક્ષ ખાટી છે એમ મન મનાવી ચાલવા માંડ્યું.

"કોણીએ ગોળ લગાડવો."

કોઈની પાસે કામ કરાવવું હોય એટલે એને લાલચ આપવાની ધૂર્ત માણસોને ટેવ હોય છે. પેલો માણસ લાલચ માટે થઈને કામ કરી આપે. પણ પેલો ધૂર્ત આપેલો વાયદો પાળે નહીં. વાયદા ઉપર વાયદા કર્યા કરે. એને કહેવાય "કોણીએ ગોળ લગાડવો" એનું ઉત્તમ ઉદાહરણ ચૂંટણીના ઉમેદવારો છે. સામાન્ય નાગરિક તો જાણે જ છે કે, મત લેવા અનેક વાયદાઓ આપ્યાં છે જે પૂરા થવાના નથી. અત્યારે મીઠું બોલીને જશે પછી પાંચ વર્ષે જ પાછો આવવાનો છે.

"મોરના ઈંડા ચીતરવા ના પડે."

મોરનું બચ્ચું જ્યારે જન્મે છે ત્યારે રંગબેરંગી પીછાં સાથે જ જન્મે છે. ત્યારે વિચાર આવે કે, ઈંડાની અંદર જઈ કોણ પીછાં રંગતું હશે? આ તો કુદરતની બલિહારી છે. તેવી જ રીતે જ્યારે ગુણવાન મા-બાપના સંતાન પણ ગુણવાન બને ત્યારે આ કહેવત બોલાય છે.

"ભેંસ આગળ ભાગવત."

ભાગવત કથા કહેનારા ભૂદેવો પોતાનું કર્તવ્ય કર્યા કરે છે. અસંખ્ય શ્રોતાઓ સાંભળવા પણ આવે છે. છતાંય કેટલા જણ આચરણમાં ઉતારતા હશે? કપડાં ખંખેરે એમ બોધ પણ ખંખેરીને ચાલતા થાય છે.

એમનાં માટે કહેવાય કે, "ભેંસ આગળ ભાગવત." તેની એક રમૂજી કથા છે. એક ભૂદેવને એવો ગર્વ હતો કે, પોતે ખુદ સારી ભાગવત કથા કરે છે. લોકોના મનમાં ઉતરી જ જાય છે. કોઈ ટીખળીએ ભેંસ બતાવીને કહ્યું "ભૂદેવ, આ ભેંસ બિચારી અબૂધ છે; તેને ભાગવત સંભળાવી જ્ઞાન આપો." ભેંસ તો વળી શું સમજે? ભૂદેવ બોલવા માંડ્યાં તેમ તે ભાંભરવા માંડી. ત્યારથી કહેવત પડી કે, "ભેંસ આગળ ભાગવત."

"આગ લાગે ત્યારે કૂવો ખોદવા ના જવાય."

પહેલાના સમયમાં ગામડાં હતાં ત્યારે કૂવા ઠેર ઠેર હતાં. ગામમાં ક્યાંય આગ લાગે ત્યારે નજીકના કૂવાનો ઉપયોગ થતો. હવે કોઈક વાર આગ લાગી હશે ત્યારે નજીકમાં કૂવો નહીં હોય એટલે થયું હશે એવું કે, દૂરથી પણ પાણી લાવી શકાય એમ નહીં હોય અને એ સમયે કૂવો ખોદવા તો બેસાય નહીં. એટલે આ કહેવત પડી હશે. આ કહેવત આપણી અત્યારની પ્રવૃત્તિમાં પણ લાગું પડે છે. આપણે બહારગામ જવાના હોઈએ અને આગલે દિવસે જ પેકીંગ કરવા બેસીએ તો કોઈક વાર ઉતાવળમાં દવા કે ગરમ કપડાં જેવી વસ્તુ ભુલાઈ જાય. અરે... કામની દવા ઘરમાં ના હોય તો લેવા દોડવું પડે એના કરતાં આગળથી તૈયારી કરી રાખવી જોઈએ જેથી વ્યવસ્થિત પેકિંગ થાય.બીજુ ઉદાહરણ પરીક્ષાનું લઈએ તો આગલા દિવસે ચોપડી હાથમાં લઈ આખી રાતનો ઉજાગરો કરી નાખીએ તો પણ કશું વળે નહીં. પહેલેથી તૈયારી કરી હોય તો જ સારા માર્કસ આવે.

"દૂધનો દાઝ્યો છાશ ફૂંકીને પીવે."

જ્યારે કોઈ વ્યક્તિને ખરાબ અનુભવ થાય ત્યારે બીજી વાર સમજ્યા વગર જરૂર ના હોય તો પણ સાવચેતી રાખે. એટલે આ કહેવત પડી છે. એની એક રમૂજી કથા એવી છે કે, એક જમાઈ પહેલીવાર પોતાના સાસરે ગયા. સાસુમાએ ગરમ દૂધનો પ્યાલો ધર્યો એટલે લઈને સીધો જ મોટો ઘૂંટડો ભર્યો. બિચારા ભાઈની તો જીભ બળી ઊઠી. એ બળતરાને એ ભાઈ ભૂલ્યા નહીં. બીજીવાર જમવા ગયા ત્યારે

સાસુમાઍ જમ્યાં બાદ છાશનો પ્યાલો આપ્યો તો લઈને ફૂંકો મારવા માંડ્યા. બધા હસવા માંડ્યા. આ જ વાત જીવનમાં પણ લાગું પડે છે. કોઈ વ્યક્તિ કોઈક વાર તકસાધુ મિત્રથી છેતરાઈ જાય તો ઝટ બીજા પર વિશ્વાસ કરે નહીં. છેવટે સારો મિત્ર ગુમાવવાનો વારો આવે.

આપણે છેલ્લે "ટીપે ટીપે સરોવર ભરાય." કહેવતથી વાતનું સમાપન કરીશું. આ કહેવત ખાસ તો બચત માટે વપરાય છે. ફક્ત એક ટીપાનો વિચાર કરીઍ તો આપણને થાય કે, એક ટીપાથી શું થવાનું? પણ ઊંડાણમાં ઉતરીશું તો ખ્યાલ આવશે. વરસતાં વાદળના એક એક ટીપાથી આખું સરોવર ભરાય છે. જો કોઈ નળ ટપકતો હોય અને સવારમાં એક ડોલ એની નીચે મૂકી દઈઍ તો આખી ડોલ સાંજ સુધીમાં એમાંથી ભરાઈ જાય છે. એવી રીતે થોડા થોડા પૈસાથી બચત કરીઍ કે જે આપણને સાવ નાની લાગતી હોય. કોઈક વાર અચાનક ખર્ચો આવી પડે અને વિચારીશું કે શું થશે? અને બચત કેટલી થાય છે તપાસવાનો વિચાર આવે તો ઘણીવાર મન ખુશ થઈ જાય એટલા પૈસા ભેગા થઈ ગયા હોય છે. કોઈની પાસે માંગવું પણ ના પડે અને ખર્ચને પણ પહોંચી વળાય.

તો મિત્રો આ કહેવતોમાંથી થોડો બોધ, થોડી ગમ્મત, અને થોડું જ્ઞાન મેળવીઍ, જીવન સમૃદ્ધ બનાવીઍ.